மைக்கேல் ஜாக்ஸன்:

சாதனைகளும் சரிவுகளும்

மைக்கேல் ஜாக்ஸன்:
சாதனைகளும் சரிவுகளும்

என். சொக்கன்

Title: Micheal Jackson
Author's Name: N Chokkan

Published by ZDP Specifics

(An imprint of Zero Degree Publishing)
No. 55(7), R Block, 6th Avenue,
Anna Nagar,
Chennai - 600 040

Website: www.zerodegreepublishing.com
E Mail id: zerodegreepublishing@gmail.com
Phone: 89250 61999

ZDP Specifics First Edition: November 2022
ISBN: 978-93-93882-08-0
TITLE NO ZDPS: 30

Rs.

Cover Design & Layout: Vijayan, Creative Studio

பொருளடக்கம்

1. தனிமை ராஜா

அத்தனை பெரிய அரங்கம், ஆனால், அங்கே துளி காலி இடம்கூட மிச்சமில்லை. இதற்குமேல் ஒருவர் உள்ளே நுழைந்தாலும் அப்படியே நசுங்கிப்போகவேண்டியதுதான்.

அந்த மேடையின் அரைகுறை வெளிச்சத்திலும்கூட பிரம்மாண்டமான அலங்காரங்கள் பளபளக்கின்றன. ஆனால் ரசிகர்கள் அவற்றைக் கவனிப்பதாக இல்லை. ஒவ்வொருவருடைய பரவச முகத்தைப் பார்க்கும்போது, அவர்களில் யாரும் இந்த உலகத்திலேயே இல்லை என்பதுபோலத் தோன்றுகிறது.

கொஞ்சம் கொஞ்சமாக, அவர்களுடைய பொறுமை குறைகிறது, எதிர்பார்ப்பு அதிகரிக்கிறது, ஒருவர்மீது மற்றவர் முட்டி மோதியபடி மேடையை எக்கிப் பார்க்கிறார்கள், காற்றில் குத்துகிறார்கள், சத்தமாகக் கூச்சலிடுகிறார்கள்.

சிறிது நேரத்துக்குப்பிறகு, அவர்கள் யாரும் எதிர்பார்க்காத ஒரு விநாடியில் நிகழ்ச்சி தொடங்குகிறது. மேடையின் கீழே எங்கிருந்தோ ஓர் உருவம் பாய்ந்து மேலே குதிக்கிறது. சட்டென்று வெளிச்ச மழை அந்தத் திசையில் பாய, அந்த மனிதர் அசையாமல் கம்பீரமாக நிமிர்ந்து நிற்கிறார்.

அவ்வளவுதான். அதுவரை ஏதோ ஓர் எதிர்பார்ப்பில் கட்டுப்பட்டுக் கிடந்த கூட்டம், இப்போது ஆவேசமாகப் பொங்குகிறது, சிலர் கைதட்டுகிறார்கள், சிரிக்கிறார்கள், அர்த்தமில்லாத உற்சாகச் சொற்களைச் சத்தமாகக் கத்துகிறார்கள், பக்கத்தில் இருப்பவர்களைக் கட்டியணைத்துக்கொள்கிறார்கள், சந்தோஷக் கண்ணீர் சிந்துகிறார்கள், சட்டையைக் கிழித்துக்கொள்கிறார்கள், முன்னே கைநீட்டி அந்த உருவத்தைப் பிடித்துவிடுவதுபோல் சைகை செய்கிறார்கள், காற்றில் முத்தம் அனுப்புகிறார்கள், நெஞ்சில் குத்திக்கொள்கிறார்கள், எம்பி எம்பிக் குதிக்கிறார்கள்...

இத்தனைக்கும் காரணமான அந்த மனிதர், இன்னும் இருந்த இடத்தைவிட்டு நகரக்கூட இல்லை, இப்படியெல்லாம் நடக்கும் என்பது ஏற்கெனவே தெரிந்திருந்ததுபோன்ற ஒரு மர்மப் புன்னகை அவர் முகத்தில், ஆனால் உடம்பில் ஒரு சின்ன அசைவுகூடத் தெரியவில்லை.

சில விநாடிகளில், கூட்டம் களைத்துப்போகிறது, போதும் கடவுளே, இதற்குமேல் கத்துவதற்கு எங்களுக்குப் பலம் இல்லை, மைக்கேல் ஜாக்ஸனின் சில விநாடி தரிசனம் கிடைத்துவிட்டது, இதுவே இன்னும் ஒன்றிரண்டு ஜென்மங்களுக்குப் போதும்!

இப்போது, அவர் ஆடத் தொடங்குகிறார். ஏற்கெனவே தொலைக்காட்சியில் பலமுறை பார்த்த ஆட்டம்தான், கேட்ட பாட்டுதான், ஆனால் கண்முன்னே அவர் அதை நிகழ்த்திக் காட்டுகிறபோது பிரமிப்பில் எல்லோரும் உறைந்துபோகிறார்கள், அப்படி ஒரு வேகம், ஒவ்வோர் அசைவிலும் பிசிறில்லாத நளினம், அடுத்து இதுதான் என்று எல்லோரும் எதிர்பா ர்த்துக்கொண்டிருக்கும்போது, யாரும் நினைத்துக்கூடப் பார்க்காத ஓர் அசைவைச் செய்து அசத்துகிற குறும்பு, ... ரசிகர்கள் மெய்மறந்துபோகிறார்கள், களைப்பையெல்லாம் மறந்து வைட்டமின் ஊசி போட்டுக்கொண்டதுபோல் சுறுசுறுப்பாகிறார்கள், மீண்டும் எழுந்து ஆடத் தொடங்குகிறார்கள்.

மைக்கேல் ஜாக்ஸனின் வேகத்துக்கு, அவர்மேல் விழுகிற வெளிச்ச வட்டத்தால்கூட ஈடுகொடுக்கமுடியவில்லை. கண்ணிமைக்கிற நேரத்துக்குள் மேடையின் மூலை முடுக்குகளில்கூட அவருடைய அரசாட்சிதான்.

ஐந்து நிமிடத்தில், முதல் பாட்டு முடிகிறது. ஜாக்ஸனோடு சேர்ந்து ஆடிய ரசிகர் கூட்டம் களைத்துப்போய் மூச்சிரைக்கிறது.

சில விநாடி இடைவெளிக்குப்பிறகு, மைக்கேல் ஜாக்ஸன் மீண்டும் ஆடத் தொடங்குகிறார். சிறிது நேரத்துக்குமுன்னால்தான் உடல் பாகங்களெல்லாம் பிய்ந்து வெளிவந்துவிடும்போல் உடம்பை வளைத்து, நிமிர்த்தி, உதறி ஆடிய களைப்பே அவரிடம் தெரியவில்லை, அதே வேகம், அதே எனர்ஜி, அதே லாகவம், அதே கம்பீரம், அதே அழகு, அவர் ஆடும்போது, காலம் அப்படியே உறைந்து நின்றுவிடுவதாகத் தோன்றியது.

உடனடியாக, ஜாக்ஸனின் சுறுசுறுப்பு கூட்டத்திற்குத் தொற்றிக்கொள்கிறது. மறுபடியும் உற்சாகக் கூச்சல்களுடன் ஆடத் தொடங்குகிறார்கள்.

பல நிமிடங்களுக்குப்பிறகு அந்த நிகழ்ச்சி முடிவடைந்தபோது, ரசிகர்கள் யாருக்கும் சில பாட்டுகளைக் கேட்டோம், நடனங்களைப் பார்த்தோம் என்கிற உணர்வே இல்லை. கொண்டாட்டத் திருவிழா ஒன்றில் கலந்துகொண்ட திருப்தியுடன் திரும்பிய அவர்கள் யாரும், அந்த நிகழ்ச்சியைத் தங்கள் வாழ்நாளில் மறக்கப்போவதில்லை.

பல வருடங்கள் கழித்து, இன்னோர் அரங்கம், இந்தமுறை மைக்கேல் ஜாக்ஸன் உள்ளே இருக்கிறார். வெளியே ரசிகர்கள் வழக்கமான உற்சாகக் கூக்குரல்களுடன் அவருக்காகக் காத்திருக்கிறார்கள்.

ஜாக்ஸன் வருவதற்குமுன்னால், ஒலிபெருக்கி வழியே ஓர் அறிவிப்பு வெளியாகிறது. அதுவரை கூச்சலிட்டுக்கொண்டிருந்த ரசிகர்கள், சட்டென்று அமைதியாகிறார்கள், யாரும் மூச்சு விடுகிற சத்தம்கூட வெளியே கேட்கவில்லை.

ஒலிபெருக்கி கம்பீரமான குரலில் அறிவிக்கிறது, *'Not Guilty'* (குற்றவாளி இல்லை)!

அதுவரை கண்களை மூடிப் பிரார்த்தனை செய்தபடி கேட்டுக்கொண்டிருந்த கூட்டம், சட்டென்று சந்தோஷத்தில் வெடிக்கிறது. ஒவ்வொருவரும் கண்ணில் நீர் மல்க ஒருவரை ஒருவர் கட்டிக்கொள்கிறார்கள், தரையில் மண்டியிட்டுக் கீழே விழுகிறார்கள், தரைக்கு முத்தம் இடுகிறார்கள், கைகளை மேலே தூக்கிக் கடவுளுக்கு நன்றி சொல்கிறார்கள், எதையோ பாடியபடி நடனம் ஆடுகிறார்கள், பெரும்பாலானோருக்கு என்ன செய்வது என்றே புரியவில்லை, ஆனால் எல்லோர் முகத்திலும் சிரிப்புமட்டும் அளவில்லாமல் பொங்கிக்கொண்டிருக்கிறது.

சில நிமிடங்களுக்குப்பிறகு, மைக்கேல் ஜாக்ஸன் வெளியே வருகிறார். அதிக அலங்காரங்கள் இல்லாத ஒரு வெள்ளை நிற ஆடையை அணிந்திருக்கிறார் அவர்.

ஜாக்ஸனைப் பார்த்ததும், கூட்டத்துக்கு வெறியேறுகிறது. அவருக்கு வாழ்த்துச் சொல்கிறவர்கள், 'இனிமே உன்னை யாரும் எதுவும் செய்யமுடியாது மைக்' என்று நெகிழ்கிறவர்களுக்கு நடுவே, முகத்தில் துளி சலனமில்லாமல் புகுந்து வெளியேறுகிறார் அந்த பாப் மஹாராஜா.

கடைசியாக மைக்கேல் ஜாக்ஸனின் இசைத் தொகுப்பு வெளிவந்து பல வருடங்களாகிவிட்டன. இனிமேல் அவரால் மேடையேறி நிகழ்ச்சிகள் நடத்தமுடியுமா என்பதே சந்தேகம், அப்படியே நடத்தினாலும், அந்தப் பழைய வேகம், பழைய மேஜிக் இருக்குமா என்பது இன்னும் பெரிய கேள்விக்குறி!

ஆனால், ஜாக்ஸனின் ரசிகர்களுக்கு அவர் எப்பவும் ராஜாதான். அவருடைய தனிப்பட்ட வாழ்க்கையில் பல பிரச்னைகள் வந்து, மற்றவர்களெல்லாம் அவருக்கு எதிராகத் திரும்பியபோதுகூட, ரசிகர்கள்மட்டும் மைக்கேல் ஜாக்ஸனைக் கைவிடவில்லை, 'அவர்மேல் எந்தத் தப்பும் இல்லை, இருக்காது' என்று உறுதியாக நம்பினார்கள், எல்லாச் சிக்கல்களின்போதும் அவருக்கு

ஆன்ம பலம் கொடுத்துத் துணையாக நின்றார்கள். இத்தனை ஆண்டுகளில் மைக்கேல் ஜாக்ஸன் சம்பாதித்த மிகப் பெரிய சொத்து, இந்த ரசிகர் கூட்டம்தான்!

கடந்த அரை நூற்றாண்டு காலத்தில், மைக்கேல் ஜாக்ஸன் அளவுக்கு உலகப் பிரபலமான இன்னொருவர் இல்லை. பணம், புகழ், பாராட்டுகள், ரசிகர் வட்டம், செல்வாக்கு என எல்லாவற்றிலும் மிகப் பெரிய சிகரங்களைத் தொட்டவர் அவர்.

ஆனால், சிகரத்தின் உச்சியில் இருக்கிறவர்களுக்கு, வாழ்க்கை மிகத் தனிமையானதாக அமைந்துவிடுகிறது. மைக்கேல் ஜாக்ஸனின் பிரச்னையும் அதுதான்.

கடைசிவரை, மைக்கேல் ஜாக்ஸன் விரும்பிய ஒரு வாழ்க்கை அவருக்குக் கிடைக்கவே இல்லை. அந்த ஏக்கத்தினால்தானோ என்னவோ, தமக்குக் கிடைத்த வாழ்க்கையை மிகவும் சிக்கலாக்கிக்கொண்டுவிட்டார் அவர்!

2. எம்டன் மகன்கள்

மைக்கேல் ஜாக்ஸனின் முதல் ஹீரோ, முதல் வில்லன் இரண்டுமே அவருடைய தந்தை ஜோசஃப் ஜாக்ஸன்தான்.

ஜோசஃப் நல்லவரா, கெட்டவரா என்கிற கேள்விக்கு அத்தனை சுலபத்தில் பதில் சொல்லமுடியாது. ஆனால், அவர் இல்லாவிட்டால் மைக்கேல் ஜாக்ஸனின் கலை வாழ்க்கை தொடங்கியிருக்காது என்பதுமட்டும் உண்மை.

ஒருகாலத்தில் குத்துச்சண்டை வீரராக இருந்த ஜோசஃப், பிறகு இசையில் கவனம் செலுத்த ஆரம்பித்தார், தன்னுடைய சகோதரருடன் இணைந்து *'Falcons'* என்ற பெயரில் ஓர் இசைக்குழுவைத் தொடங்கினார்.

ஜோசஃப் நன்றாக கிடார் வாசிப்பார். அவரும் அவருடைய சகோதரரும் சேர்ந்து உள்ளூரில் சின்னச் சின்ன இசைக் கச்சேரிகள் நடத்தினார்கள், அந்தக் கால ஹிட் பாடல்களைப் பாடி, இசைத்து ஏதோ சுமாராகச் சம்பாதித்தார்கள்.

ஆனால், இந்த இசைக் கச்சேரிகளின்மூலம் வருகிற வருமானம், அவர்களுடைய குடும்பங்களைக் காப்பாற்றப் போதவில்லை.

காரணம், ஜோசஃப்புக்கு ஒன்பது குழந்தைகள், அவருடைய சகோதரருக்கு எட்டு.

ஜோசஃப் ஜாக்ஸனின் மனைவி பெயர் காதரின். மிகவும் அமைதியான சுபாவம் கொண்டவர், சின்ன வயதிலேயே போலியோ தாக்குதல் காரணமாகக் காலில் லேசான ஊனம், அதனாலேயே தன்னால் சரியாகப் படிக்கமுடியவில்லையே என்கிற வருத்தம் மனத்தில்.

கணவர் ஜோசஃபைப்போலவே, காதரின் ஜாக்ஸனுக்கும் இசை ஆர்வம் அதிகம். க்ளாரினெட், பியானோ வாசிப்பார், பிரமாதமாகப் பாடுவார்.

இதனால், ஜாக்ஸன் வீட்டுப் பிள்ளைகள் எல்லோரும், சின்ன வயதிலிருந்தே சங்கீதம் கேட்டு வளர்ந்தார்கள். ஒருபக்கம் அப்பா ஜோசஃப், அவருடைய சகோதரர், நண்பர்கள் இசைப் பயிற்சி செய்துகொண்டிருப்பார்கள், இன்னொருபக்கம் அம்மா காதரின் தனக்குத் தெரிந்த பாடல்களையெல்லாம் அவர்களுக்குச் சொல்லிக்கொடுத்துத் தாலாட்டிக்கொண்டிருப்பார்.

மைக்கேல் ஜாக்ஸனுக்கு முன்னால் பிறந்தவர்கள் மொத்தம் ஆறு பேர் - நான்கு பையன்கள் (ஜாக்கி, டிடோ, ஜெர்மைன், மர்லோன்), இரண்டு பெண்கள் (மௌரின், லாடயோ).

இத்தனை குழந்தைகளை வைத்துக்கொண்டு இசைக் கச்சேரிகளை நம்பிப் பிழைக்கமுடியுமா? மனமே இல்லாமல் ஓர் இரும்பாலையில் க்ரேன் ஆபரேட்டராக வேலைக்குச் சேர்ந்தார் ஜோசஃப் ஜாக்ஸன்.

அப்போதும், அவருக்குள் இருந்த இசை ஆர்வம் குறையவில்லை. அவ்வப்போது தன்னுடைய கிடாரை எடுத்துச் சோக கீதங்களாக வாசித்துக்கொண்டிருப்பார், ஒரு பெரிய இசைக் கலைஞனாக வந்திருக்கவேண்டிய தன்னை வாழ்க்கை இப்படி முடக்கிப்போட்டுவிட்டதே என்கிற வேதனையை அவரால் தாங்கிக்கொள்ளவேமுடியவில்லை.

1958ம் ஆண்டு ஆகஸ்ட் 29ம் தேதி, ஜோசஃப் - காதரின் தம்பதியரின் ஏழாவது பிள்ளையாக மைக்கேல் ஜாக்ஸன் பிறந்தார். அவருக்குப்பிறகு பிறந்தவர்கள் இரண்டு பேர், ராண்டி மற்றும் ஜேனட். ஆகமொத்தம் ஒன்பது குழந்தைகள்.

இத்தனை பெரிய குடும்பம் என்றாகிவிட்டபிறகு, ஜோசஃப் ஜாக்ஸன் தன்னுடைய இசைக் கனவுகளைப் பூட்டிவைப்பது கட்டாயமாகிவிட்டது. அவர் தன்னுடைய வேலையில் கவனம் செலுத்தி, வருமானத்தைப் பெருக்கிக்கொள்வது எப்படி என்று யோசிக்க ஆரம்பித்தார்.

அப்போது அவர்கள் அமெரிக்காவின் இண்டியானா மாகாணத்தில் உள்ள கேரி என்ற ஊரில் வசித்துவந்தார்கள். மூன்றே மூன்று சின்னஞ்சிறு அறைகளைக் கொண்ட ஒரு சாதாரணமான வீடு அவர்களுடையது.

ஜோசஃபுக்குத் தன்னுடைய கிரேன் ஆபரேட்டர் உத்தியோகம் சுத்தமாகப் பிடிக்கவில்லை. ஆனால் அதைவிட்டால் வருமானத்துக்கு வேறு வழி எதுவும் இல்லை என்பதால், பல்லைக் கடித்தபடி வேலையில் தொற்றிக்கொண்டிருந்தார்.

அந்தக் கால அமெரிக்காவில், ஃபேக்டரி தொழிலாளிகளுக்கெல்லாம் அவ்வளவாக மரியாதை கிடையாது. சொல்லப்போனால், அவர்களை மனிதர்களாகக்கூட யாரும் மதிக்கமாட்டார்கள், ஒழுங்காகக் கொடுத்த வேலையைச் செய், இல்லையென்றால் வெளியே போ, அவ்வளவுதான்!

இப்படித் தொழிற்சாலையில் தான் பட்ட அவமானங்களுக்கெல்லாம், வீட்டில் மருந்து போட்டுக்கொண்டார் ஜோசஃப் ஜாக்ஸன். தன்னுடைய ஒன்பது குழந்தைகளையும் அதட்டி, மிரட்டி, உருட்டி அதிகாரம் செய்ய ஆரம்பித்தார்.

அதோடு நிறுத்தினால்தான் பரவாயில்லையே, தான் சொன்ன பேச்சைக் கேட்காவிட்டால், குழந்தைகளை அடித்து, உதைக்கவும் தயங்கமாட்டார் ஜோசஃப் ஜாக்ஸன்.

குறிப்பாக, மைக்கேல் ஜாக்ஸன் அப்பாவிடம் ஏகப்பட்ட அடி வாங்கியிருக்கிறார். அதற்கு ஒரு முக்கியமான காரணம் உண்டு.

சின்ன வயதிலிருந்தே மைக்கேலுக்குப் பிரமாதமான குரல். மழலை மொழியில் தனக்குத் தெரிந்த வார்த்தைகளைப் போட்டு அவர் பாடுகிறபோது, கேட்கிறவர்கள் சொக்கிப்போவார்கள்.

நியாயமாகப் பார்த்தால், தன் மகனின் இந்தத் திறமையைப் பார்த்து அப்பா ஜோசஃப் ஜாக்ஸன் ஈன்ற பொழிதிற் பெரிதுவக்கவேண்டும். ஆனால் அவர், எரிச்சலடைந்தார், மைக்கேல்மீது இன்னும் கோபப்பட ஆரம்பித்தார்.

காரணம், சிறுவன் மைக்கேலைப் பார்க்கிறபோதெல்லாம், ஜோசஃபுக்குத் தன்னுடைய சொந்த இசை ஆர்வம்தான் ஞாபகத்துக்கு வந்தது, 'நானும் இவனைமாதிரித் திறமைசாலியாகத்தானே இருந்தேன், ஆனால் இந்த உலகம் என்னை ஒரு க்ரேன் ஆபரேட்டராக மாற்றிவிட்டதே' என்கிற எரிச்சல்.

மைக்கேல்மட்டுமில்லை, அந்த வீட்டில் எல்லோருமே ஜோசஃபின் அடி, உதைகளைச் சகித்துக்கொண்டுதான் வாழவேண்டியிருந்தது. குழந்தைகள் காலையில் எத்தனை மணிக்குத் தூங்கி எழுந்திருக்கவேண்டும், எப்படிப் பல் தேய்க்கவேண்டும் என்பதில் தொடங்கி சகலத்துக்கும் ஒழுக்க விதிமுறைகளை நிர்ணயித்துவைத்திருந்தார் ஜோசஃப் ஜாக்ஸன், ஒவ்வொன்றும் கோடு போட்டதுபோல் கச்சிதமாக நடக்கவேண்டும், இல்லாவிட்டால் பெல்ட் பிய்ந்துவிடும்.

ஜாக்ஸன் வீட்டில் மூன்று அடுக்குப் படுக்கை ஒன்று இருந்தது. அந்த ஒற்றைப் படுக்கையில்தான் மைக்கேல், அவனுடைய சகோதரர்கள் எல்லோரும் ஒருமாதிரியாக அட்ஜஸ்ட் செய்து படுத்துக்கொள்ளவேண்டும்.

'படுக்கிறதுக்குமுன்னாடி ஜன்னல் கதவைச் சாத்தணும்' என்று அவர்களுக்கு உத்தரவு போட்டிருந்தார் ஜோசஃப் ஜாக்ஸன், 'இல்லைன்னா, யாராவது திருடன் வந்து வீட்டிலே

இருக்கிறதையெல்லாம் சுருட்டிக்கிட்டுப் போயிடுவான்'

ஜாக்ஸன் வீட்டில் சுருட்டுவதற்கு எதுவுமே இல்லை என்பது வேறு விஷயம். ஆனால், அப்பாவை எதிர்த்துப் பேசினால் தோலை உரித்துவிடுவார். ஆகவே, அந்த வீட்டில் ராத்திரியானால் ஜன்னல் கதவு இறுகச் சாத்தப்படுவது வழக்கமாகிவிட்டது.

ஒருநாள், ஜோசஃப் ஜாக்ஸன் வீடு திரும்பியபோது, அந்த ஜன்னல் கதவு திறந்து கிடந்தது, எட்டிப்பார்த்தபோது உள்ளே பிள்ளைகள் எல்லோரும் நிம்மதியாகத் தூங்கிக்கொண்டிருந்தார்கள்.

இன்னொரு தந்தையாக இருந்தால், அவரே ஜன்னல் கதவைச் சாத்திவிட்டுச் சத்தம் போடாமல் தன்னுடைய அறைக்குச் சென்றிருப்பார். ஜோசஃப் ஜாக்ஸனிடம் அந்தப் பாசம், கருணையெல்லாம் கிடையாது, ஜன்னலை மூட மறந்த குற்றத்துக்காக, தன்னுடைய பிள்ளைகளைத் தண்டிக்கத் தீர்மானித்துவிட்டார்.

கதவைத் திறந்துகொண்டு வீட்டுக்குள் போன ஜோசஃப் ஜாக்ஸன், தன்னுடைய முகத்தை நன்றாக மூடும்படியாக ஒரு துணியைக் கட்டிக்கொண்டார், அப்படியே வெளியில் வந்து, ஜன்னல் வழியே தன் பிள்ளைகளின் அறைக்குள் எகிறிக் குதித்தார், கன்னாபின்னாவென்று சத்தம் போட ஆரம்பித்தார்.

மைக்கேலும் அவருடைய சகோதரர்களும் பதறிப்போய் எழுந்தார்கள், தங்கள் அறைக்குள் யாரோ ஒரு திருடன் நுழைந்துவிட்டான் என்கிற பயத்தில் அவர்களுடைய உடம்பெல்லாம் நடுங்கியது, 'எங்களை ஒண்ணும் செஞ்சுடாதே' என்று கெஞ்சி அழுதபடி படுக்கையின் மூலையில் ஒடுங்கிக்கொண்டார்கள்.

இப்படிப் பல நிமிடங்கள் அவர்களைப் பயமுறுத்தியபின், தன்னுடைய முகமூடியை நீக்கினார் ஜோசஃப் ஜாக்ஸன், 'இனிமே யாராச்சும் ஜன்னலை மூட மறப்பீங்களா?' என்று அவர் உறுமியபோது, குழந்தைகள் நடுக்கத்துடன் தலையாட்டினார்கள்.

அதன்பிறகு பல ஆண்டுகளுக்கு, மைக்கேல் ஜாக்ஸனுக்குத் தனியாகத் தூங்குவது என்றால் பயம். வளர்ந்து பெரிய பாடகராகப் பிரபலமானபிறகுகூட, தூங்கும்போது ஜன்னல்வழியே யாரோ வீட்டுக்குள் நுழைந்து தன்னைத் தூக்கிக்கொண்டு போய்விடுவார்கள் என்று நடுங்கினார் அவர்.

தொழிற்சாலையில் யார் யாரோ இடுகிற கட்டளைகளைக் கேட்டு நடக்கவேண்டிய கட்டாயத்தில் இருந்த ஜோசஃப் ஜாக்ஸனுக்கு, வீட்டில் தன்னுடைய பிள்ளைகள் தன்னைப் பார்த்துப் பயப்படுவதில் ஒரு கொடூர திருப்தி. மற்ற குழந்தைகளைப்போல் அவர்களைச் சந்தோஷமாக ஓடியாட அனுமதிக்கமாட்டார், ஒரு நிமிடம் என்றால் ஒரு நிமிடம்கூட அவர்களை நிம்மதியாக ரிலாக்ஸ் செய்யவிடாமல் எந்நேரமும் விரட்டிக்கொண்டே இருப்பார்.

இதுபோன்ற சமயங்களில், குழந்தைகள் வேறு யாரிடம் தஞ்சம் அடையமுடியும்? அம்மா காதரின் ஜாக்ஸன்தான் அவர்கள் உடைந்துவிடாமல் பாதுகார்த்தார், 'அப்பா உங்க நல்லதுக்குத்தான் சொல்றார்' என்று இதமாக எடுத்துச் சொல்லி அரவணைத்தார்.

ஆனால் அதற்காக, குழந்தைகளுக்கு அதிகச் செல்லம் கொடுப்பதும் காதரினுக்குப் பிடிக்காது. அப்பா ஜோசஃபைப்போல் அடித்து உதைக்காமல், அதேசமயம் கண்டிப்பான ஒழுக்க நெறிமுறைகளுடன்தான் தன்னுடைய பிள்ளைகளை வளர்த்தார் அவர்.

மைக்கேல் ஜாக்ஸனுக்கு ஏழு வயதாகியிருந்தபோது (1965), அவருடைய தாய் காதரின் ஜாக்ஸன் '*Jehovah's Witness*' என்ற மதக்குழுவில் இணைந்தார். அதன்பிறகு, தன்னுடைய குடும்பம் மொத்தத்தையும் இந்தக் குழுவினுடைய நெறிமுறைகளின்படி வளர்ப்பதாகத் தீர்மானித்துவிட்டார் அவர்.

தமிழில் 'யெகோவாவின் சாட்சிகள்' என்று அழைக்கப்படும் '*Jehovah's Witness*' குழுவின் முக்கியமான நம்பிக்கை: பாவங்கள்

பெருகிப்போய்விட்ட இந்த உலகத்தைக் கடவுள் விரைவில் அழிக்கப்போகிறார். அப்போது, தப்பு செய்தவர்கள் எல்லோரும் முற்றிலுமாக அழிக்கப்படுவார்கள், இந்த அழிவிலிருந்து தப்பவேண்டுமென்றால், பாவம் செய்யாதீர்கள்!

பாவம் என்றால்?

இந்த விஷயத்தில் யெகோவாவின் சாட்சிகள் ஏகப்பட்ட கண்டிப்பான விதிமுறைகளை வைத்திருந்தார்கள். கடவுள் அல்லது மனிதர்களின் உருவச் சிலைகளை வணங்கக்கூடாது, எளிமையாக உடை அணியவேண்டும், அநாவசிய அலங்காரங்கள் கூடாது, மது, சிகரெட்டெல்லாம் கூடாது, திருமணம் செய்துகொண்ட கணவன், மனைவிதவிர மற்றவர்களுடன் இஷ்டப்படி பாலியல் உறவு வைத்துக்கொள்ளக்கூடாது, இப்படி இன்னும் நிறைய.

காதரின் ஜாக்ஸன் இந்த விதிமுறைகள் எல்லாவற்றையும் முழு விருப்பத்துடன் ஏற்றுக்கொண்டார். தன்னுடைய பிள்ளைகளுக்கும், சின்ன வயதிலிருந்தே இதையெல்லாம் சொல்லிக்கொடுத்து வளர்த்தார்.

மற்ற விதிமுறைகளெல்லாம்கூடப் பரவாயில்லை, அந்த வயதில் மைக்கேல் ஜாக்ஸனை மிகவும் பாதித்த ஒரு விஷயம், யெகோவா சாட்சிகள் குழுவில் இணைந்த யாருக்கும், பண்டிகைகள், கொண்டாட்டங்கள் கிடையாது.

அதாவது, மற்ற குழந்தைகள் கிறிஸ்துமஸ், புது வருடம், ஈஸ்டர், சுதந்திர தினம் என்று உற்சாகமாகக் கொண்டாடிக்கொண்டிருக்கும்போது, ஜாக்ஸன் வீட்டில்மட்டும் அதற்கான சுவடுகளே இருக்காது. ஓர் அலங்காரம் கிடையாது, புது ட்ரெஸ் கிடையாது, சிறப்பு விருந்து கிடையாது, எதுவும் கிடையாது.

மற்ற விழாக்களை விடுங்கள், சின்ன வயதில் ஒரு குழந்தைக்கு மிகவும் ஆனந்தம் அளிக்கிற ஒரு சமாசாரம், 'ஹேப்பி பர்த்டே'. வருடத்தில் ஒருநாள்மட்டும் தன்னைச் சுற்றி உலகம் இயங்குகிறது

என்கிற உணர்வை உருவாக்குகிற அந்தப் பிறந்த நாள் சந்தோஷம்கூட, மைக்கேல் ஜாக்ஸனுக்குக் கிடைக்கவில்லை.

இதையெல்லாம் மைக்கேல் அப்போது தன் தாயிடம் சொல்லவில்லை. ஆனால் பல வருடங்களுக்குப்பிறகு, 'எல்லோரையும்போன்ற ஒரு மகிழ்ச்சியான குழந்தைப் பருவம் எனக்குக் கிடைக்கவே இல்லை' என்று பலமுறை வருத்தத்துடன் குறிப்பிட்டிருக்கிறார்.

ஆனால், அம்மாவின் இந்தக் கண்டிப்பான வளர்ப்புமுறையால், ஜாக்ஸன் சகோதரர்கள் ஒரு மிகப் பெரிய ஆபத்திலிருந்து காப்பாற்றப்பட்டார்கள்.

அப்போது ஜாக்ஸன் குடும்பம் வசித்துக்கொண்டிருந்த பகுதியில் பெரும்பாலானவை ஏழைக் குடும்பங்கள்தான். ஒவ்வொரு வீட்டிலும் ஏழு, எட்டு, பத்து என்று குழந்தைகள் பெருகிக் கிடக்க, சாப்பாட்டுக்கு வழியில்லாமல் என்னென்னவோ தகிடுதத்தங்கள் செய்தாகவேண்டிய கட்டாயம்.

இப்படி ஒரு சூழ்நிலையில், ஆறு ஆண் பிள்ளைகளைப் பத்திரமாக வளர்ப்பது மிகவும் கஷ்டம். கொஞ்சம் அசந்தாலும் அவர்கள் ஏதோ ஒரு ரெளடிக் கும்பலில் சேர்ந்து அடிதடி, மிரட்டல், துப்பாக்கிச் சூடு என்று இறங்கிவிடுகிற அபாயம் இருக்கிறது.

அதனால்தான், சின்ன வயதிலிருந்தே தன்னுடைய பிள்ளைகளுக்குக் கண்டிப்பான ஒழுக்க நெறிமுறைகளை வலியுறுத்த ஆரம்பித்தார் காதரின் ஜாக்ஸன். இதன்மூலம் அவர்கள் கவனம் சிதறி வன்முறைப் பாதையில் போகமாட்டார்கள் என்பது அவருடைய நம்பிக்கை.

இன்னொருபக்கம், இசை அந்தக் குடும்பத்தை ஒருங்கிணைத்துக்கொண்டிருந்தது. ஜோசஃபும் அவருடைய சகோதரரும் இசைப் பயிற்சி செய்வதைப் பார்த்து, அவர்களுடைய குழந்தைகளும் பாடவேண்டும், கிடார் வாசிக்கவேண்டும் என்று ஆசைப்பட ஆரம்பித்தார்கள்.

ஆனால், கோபக்கார ஜோசஃப் ஜாக்ஸன் இதற்கு அனுமதி கொடுக்க மறுத்துவிட்டார், 'யாராவது என் கிடாரைத் தொட்டால் தொலைத்துவிடுவேன், ஜாக்கிரதை' என்று தன் மகன்களை மிரட்டிவைத்திருந்தார் அவர்.

இந்த விஷயத்தில், அவருடைய மிரட்டல் எடுபடவில்லை. அப்பா வீட்டில் இல்லாதபோது அவருடைய கிடாரை வைத்துக்கொண்டு மைக்கேல் ஜாக்ஸனின் அண்ணன்கள் ரகசியமாக இசைப் பயிற்சியில் ஈடுபட்டார்கள்.

இத்தனைக்கும், அவர்கள் முறைப்படி கிடார் வாசிக்கப் பழகவில்லை. எங்கேயோ ரேடியோவில் கேட்டது, அப்பா வாசித்தபோது பார்த்தது, பள்ளியில் டீச்சர் சொன்னதையெல்லாம் வைத்து ஏதோ தங்களுக்குத் தெரிந்ததை வாசித்துக்கொண்டிருந்தார்கள்.

அப்போது மைக்கேல் ஜாக்ஸன் ரொம்பச் சின்னப் பையன். ஆனால் அவருக்குத் தன் அண்ணன்கள் வாசிப்பதைப் பார்க்கவேண்டும், கேட்கவேண்டும் என்று நிறைய ஆசை.

'நீ எங்களோட ப்ராக்டீஸைப் பார்க்கலாம், ஆனா, அம்மாகிட்டே எங்களைக் காட்டிக்கொடுக்கக்கூடாது, சரியா?' மைக்கேலின் அண்ணன்கள் மிரட்டினார்கள்.

'ஓகே' பெரிதாகத் தலையாட்டினான் மைக்கேல்.

அதன்பிறகு, ஒவ்வொரு நாளும் அப்பா வெளியே சென்றதும் அவருடைய கிடார்மட்டும் வெளியே வரும், அண்ணன்கள் பயிற்சி எடுப்பார்கள், மைக்கேல் சந்தோஷமாக வேடிக்கை பார்ப்பான், சில சமயங்களில் அவர்களோடு சேர்ந்து பாடுவான், நேரம் ஓடுவதே தெரியாது.

அதற்குள், ஜோசஃப் ஜாக்ஸன் வீடு திரும்பும் நேரம் வந்துவிடும். சட்டென்று கிடாரைப் பழைய இடத்தில் திருப்பி வைத்துவிட்டு, சமர்த்தாகத் தங்களுடைய அறைக்குத் திரும்பிவிடுவார்கள்.

அத்தனூண்டு வீட்டுக்குள் இத்தனை பெரிய ரகசியத்தை அவர்களால் எப்படி மறைத்துவைக்கமுடியும்? விஷயம் அம்மா காதரினுக்குத் தெரிந்துவிட்டது.

ஆனால், அவர் இதைப்பற்றிப் பெரிதாகக் கவலைப்படவில்லை, 'அங்கேயும் இங்கேயும் போய் வம்பு வழக்கில் மாட்டிக்கொள்ளாமல் பிள்ளைகள் வீட்டுக்குள்ளேயே கிடார் பழகுகிறார்கள், அவ்வளவுதானே? சந்தோஷமாக வாசித்துவிட்டுப்போகட்டும்' என்று சும்மா இருந்துவிட்டார்.

இதனால், ஜாக்ஸன் சகோதரர்களுக்குப் பாதி பயம் போச்சு. முன்பைவிட அதிக உற்சாகத்துடன் கிடார் பயிற்சியில் ஈடுபட்டார்கள். பல சிக்கலான இசைத் துணுக்குகளை வாசித்துப் பழகிக்கொண்டார்கள்.

திடீரென்று ஒருநாள், அந்தக் கிடாரில் இருந்த கம்பி ஒன்று அறுந்துபோய்விட்டது.

அவ்வளவுதான். வீட்டில் எல்லோரும் நடுங்கிப்போனார்கள், 'அப்பாவுக்கு விஷயம் தெரிந்தால் தொலைத்துவிடுவார்' என்று பயந்து அலறினார்கள்.

'அவர் வீட்டுக்கு வர்றதுக்குள்ளே இந்த கிடார் கம்பியை ரிப்பேர் செஞ்சுடமுடியாதா?' என்றான் ஒருவன்.

'சான்ஸே இல்லை' என்றான் இன்னொருவன், 'கிடார் ரிப்பேர் பண்றதுக்கு ரொம்ப நேரமாகும், அதுக்குள்ள அப்பா வந்துடுவார், இன்னிக்கு நாம நல்லா மாட்டிக்கிட்டோம்.'

பதற்றத்தில் அவர்களுக்கு என்ன செய்வது என்று புரியவில்லை. கம்பி அறுந்த கிடாரைப் பழைய இடத்தில் வைத்து மூடிவிட்டு, வரப்போகும் அப்பாவுக்காக நடுக்கத்துடன் காத்திருந்தார்கள்.

3. ரகசியக் கனவுகள்

'இப்போ என்ன செய்யப்போறீங்க?' மைக்கேல் ஆவலுடன் கேட்டான்.

'தெரியலை' அழாக்குறையாகச் சொன்னான் டிடோ, 'அடுத்தவாட்டி அப்பா கிடாரைப் பார்த்தவுடனேயே நாமதான் அதை உடைச்சிருக்கோம்ன்னு அவருக்குத் தெரிஞ்சிடும்.'

'அதெப்படித் தெரியும்?' இன்னொருவன் அவனை மடக்கினான், 'ஒருவேளை அவரே ப்ராக்டீஸ் செய்யும்போது அந்தக் கம்பி உடைஞ்சிருக்கும்ன்னு அவர் நினைக்கலாம்ல?'

'ஏய் மக்கு, உனக்கு அப்பாவைப்பத்தித் தெரியலை' என்றான் டிடோ, 'அவருக்கு எல்லா விஷயமும் தெரியும், கண்டிப்பா நாம செஞ்சதைக் கண்டுபிடிச்சுடுவார்.'

கடைசியில், அவன் சொன்னதுதான் நடந்தது. ஜோசஃப் ஜாக்ஸன் அந்தக் கிடாரைப் பார்த்த மறுவிநாடி, 'யார் இதை எடுத்து உடைச்சது?' என்று சத்தம் போட ஆரம்பித்துவிட்டார்.

டிடோ நடுங்கியபடி அவர்முன்னே போய் நின்றான். அழுகைக்கு நடுவே மன்னிப்பு கேட்டான்.

ஜோசஃப் ஜாக்ஸனின் கோபம் கூரைக்கு எகிறியது, 'என்னோட கிடாரை வெச்சு வெளையாடக்கூடாதுன்னு உங்களுக்கு எத்தனைவாட்டி சொல்லியிருக்கேன்?' என்று அவனை அடிக்கக் கை ஓங்கினார்.

'நாங்க விளையாடலைப்பா, ம்யூசிக் ப்ராக்டீஸ் பண்ணினோம்' என்றான் டிடோ.

ஜோசஃப் அவனை நம்பவில்லை, 'சும்மா பொய் சொல்லாதே' என்றார்.

'இல்லைப்பா, நிஜமாவே நாங்க ப்ராக்டீஸ் செஞ்சுகிட்டிருந்தபோதுதான் அந்தக் கம்பி தெரியாம அறுந்துபோச்சு, எங்களை நம்புங்கப்பா.'

சட்டென்று கிடாரை அவனிடம் நீட்டினார் ஜோசஃப், 'உனக்குத் தெரிஞ்ச ஒரு ட்யூனை வாசிச்சுக்காட்டு, பார்க்கலாம்.'

டிடோ அவரை நம்பமுடியாமல் பார்த்தான். பிறகு கண்ணீரைத் துடைத்துக்கொண்டு வாசிக்க ஆரம்பித்தான்.

சில நிமிடங்களில், ஜோசஃபுக்கு விஷயம் புரிந்துவிட்டது. முறைப்படி எந்தப் பயிற்சியும் இல்லாமல் இந்தப் பையன் இவ்வளவு தூரம் வாசிக்கிறான் என்றால், இவன் கிடாரை விளையாட்டுப் பொருளாக நினைக்கவில்லை, வேண்டுமென்றே உடைக்கவில்லை, நிஜமாகவே இசை ஆர்வத்தினால்தான் அப்படிச் செய்திருக்கிறான்.

அவர் யோசிப்பதைப் பார்த்ததும், காதரினுக்கு தைரியம் வந்துவிட்டது, 'நம்ம பிள்ளைங்க எல்லோருமே ரொம்ப நல்லா வாசிக்கறாங்க, பிரமாதமாப் பாடறாங்க' என்றார்.

'சரி சரி' என்று தலையாட்டினார் ஜோசஃப் ஜாக்ஸன். அதன்பிறகு எதுவும் பேசவில்லை.

கொஞ்ச நாள் கழித்து, அவரிடமிருந்து டிடோவுக்கு ஒரு பரிசு கிடைத்தது: புத்தம்புது கிடார்!

'டிடோ, இனிமே நீங்க என்னோட கிடாரைத் திருட்டுத்தனமா எடுத்து வாசிக்கவேண்டியதில்லை' என்றார் ஜோசஃப் ஜாக்ஸன், 'அப்பப்போ உன்னோட அண்ணன், தம்பிங்களுக்கும் இந்த கிடாரை வாசிக்கக் கொடுக்கணும், சரியா?'

'ஓகேப்பா' உற்சாகத்துடன் தலையசைத்தான் டிடோ. எந்தக் கொண்டாட்டங்களையும் அறியாத அவர்கள் வீட்டில்கூட, அன்றைக்கு ஆனந்தம் தாண்டவமாடியது.

ஆனால், பையன்களுக்கு கிடார் வாங்கிக்கொடுத்த ஒரே காரணத்துக்காக, ஜோசஃப் ஜாக்ஸனின் முரட்டுத்தனம் ஒரு துளிகூட குறைந்துவிடவில்லை. அவர் எப்போதும்போல் கண்டிப்பான அப்பாவாகவே இருந்தார், அவர்மீது பிள்ளைகளுக்கு இருந்த பயமும் மாறவில்லை.

இந்த நேரத்தில்தான், மைக்கேல் ஜாக்ஸனுக்கு ஒரு புதிய சிநேகிதன் கிடைத்தான், அவன் பெயர் ரெனாட் ஜோன்ஸ்.

சாதாரணமாக, அந்த ஏரியாவில் குடியிருக்கும் சின்னப் பையன்களெல்லாம் ஜாக்ஸன் வீட்டுக்குப் பக்கத்தில் வரவே பயப்படுவார்கள். தப்பித்தவறி அவர்கள் அங்கே கால் வைத்துவிட்டால், 'ஏய், யார் நீ? எதுக்காக இங்கே வந்தே? மரியாதையா வெளியே போயிடு' என்று பாய்ந்து பிராண்டிவிடுவார் ஜோசஃப் ஜாக்ஸன்.

இதனால், ஜாக்ஸன் வீட்டுப் பையன்கள், பெண்களுக்குச் சிநேகிதர்கள் என்று யாருமே இல்லை. அவர்களே தங்களுக்குள் சேர்ந்து விளையாடிக்கொண்டால்தான் உண்டு.

அப்படியிருந்தும்கூட, ரெனாட் ஜோன்ஸ், மைக்கேல் ஜாக்ஸன் சகோதரர்களுடன் தோழமையை வளர்த்துக்கொண்டான் என்றால், அதற்கு ஒரே ஒரு காரணம்தான் - இசை!

ஜாக்ஸன் சகோதரர்களைப்போலவே, ரெனாடுக்கும் இசை ஆர்வம் அதிகம். அவன் வீட்டில் பல இசைக்கருவிகள் இருந்தன. ஆனால் அவற்றை முறைப்படி கற்றுக்கொண்டு

பயிற்சி எடுக்கமுடியாமல் தவித்துக்கொண்டிருந்தான்.

'நாம எல்லோரும் டெய்லி ஒண்ணாச் சேர்ந்து ப்ராக்டீஸ் பண்ணலாமா?'

'நிச்சயமாப் பண்ணலாம், ஆனா...'

'ஏன் தயங்கறீங்க? உங்க அப்பாவை நினைச்சுப் பயமா?'

'ஆமாம்...'

'அதைப்பத்திக் கவலைப்படாதீங்க, அவர் ஃபேக்டரியில நைட் ட்யூட்டி போகும்போதுமட்டும் நாம ப்ராக்டீஸ் பண்ணலாம், காலையில அவர் திரும்பி வர்றதுக்குள்ள நீங்க வீட்டுக்குப் போயிடலாம், உங்கப்பாவுக்கு எந்த விஷயமும் தெரியாது, ஓகேயா?'

'ஆனா, நாம எங்கே ப்ராக்டீஸ் செய்யறது?'

'எங்க வீட்ல நிறைய இடம் இருக்கு, நாம எவ்வளவு நேரம் வேணும்ன்னாலும் ப்ராக்டீஸ் பண்ணலாம், யாரும் நம்மை டிஸ்டர்ப் செய்யமாட்டாங்க, டோண்ட் வொர்ரி!'

அதன்பிறகு, ரெனாட் ஜோன்ஸும் ஜாக்ஸன் சகோதரர்களும் ரொம்ப நெருங்கிவிட்டார்கள். அவ்வப்போது ரெனாட் அவர்கள் வீட்டுப் பக்கத்தில் வந்து மெல்ல விசில் அடிப்பான், ஜோசஃப் ஜாக்ஸன் வீட்டில் இல்லையென்றால், மைக்கேலும் சகோதரர்களும் புறப்பட்டு வருவார்கள், அதன்பிறகு மணிக்கணக்காக இசைப் பயிற்சிதான், கொண்டாட்டம்தான்!

இந்த ரகசியப் பயிற்சி, பல மாதங்களுக்கு அமர்க்களமாக நடந்துகொண்டிருந்தது. அப்பா ஜோசஃபுக்குத் தெரியாமல் அவருடைய மகன்கள் தொடர்ந்து இசைப் பயிற்சியில் ஈடுபட்டுவந்தார்கள். அவர்களுடைய குரல், வாத்தியத் திறமை எல்லாமே கொஞ்சம் கொஞ்சமாக மேம்பட்டுக்கொண்டிருந்தது.

அப்போது மைக்கேல் ஜாக்ஸனுக்கு வயது ஆறோ, ஏழோ

இருக்கும். இசைக் கருவிகளை வாசிப்பதைவிட, பாடுவதுதான் அவனுக்கு மிகவும் பிடித்திருந்தது. அவனுடைய மென்மையான குழந்தைக் குரலை எல்லோரும் ரசித்தார்கள்.

பின்னர் அவனுக்கு நடனத்திலும் ஆர்வம் வந்தது. பாடல் வரிகள் புரியாவிட்டாலும்கூட, இசைக்கு ஏற்பத் துள்ளலாக ஆடி அசத்தினான்.

ஆனால் இதெல்லாம், ரெனாட் ஜோன்ஸ் வீட்டுக்குள், நாலு சுவர்களுக்கு நடுவில்தான். அதற்கு வெளியே அவன் அப்பா, அம்மாவின் கண்டிப்புகளுக்குக் கட்டுப்பட்ட ஒரு சாதாரண 'ஸ்கூல் பைய'னாகத்தான் இருந்தான்.

இசைப் பயிற்சி என்று ரகசியமாக ரெனாட் வீட்டில் புகுந்துவிட்டால்மட்டும், அவன் கால்களில் சக்கரம் கட்டிக்கொண்டதுபோலாகிவிடும். அவனுடைய அசாத்தியத் திறமையைப் பார்த்து மைக்கேலின் அண்ணன்களே வாய் பிளந்தார்கள்.

'மைக், இன்னும் எத்தனை நாளைக்குத்தான் நாம இப்படி இருட்டில பாடிக்கிட்டிருக்கமுடியும்?' என்றான் ரெனாட், 'என்னிக்காவது நாம மேடையேறிப் பாடிப் பரிசெல்லாம் வாங்கவேண்டாமா?'

'ஐயோ, வேண்டவே வேண்டாம்' பதறினான் மைக்கேல், 'எங்கப்பாவுக்குத் தெரிஞ்சா தொலைச்சுடுவார்.'

'சும்மா இரு மைக், காலம் முழுக்க நீ உங்கப்பாவுக்குப் பயந்துகிட்டு இருக்கமுடியுமா?' ரெனாடின் குரலில் உறுதி தெரிந்தது, 'நான் சொல்றதைக் கேளு, அடுத்த மாசம் இங்கே ஒரு இசைப் போட்டி நடக்கப்போகுது, அதில நாம கலந்துக்கலாம், நிச்சயமா ஃபர்ஸ்ட் ப்ரைஸ் நமக்குதான்.'

ரெனாட் எவ்வளவோ எடுத்துச்சொன்னபோதும், மைக்கேலுக்குத் தைரியம் வரவில்லை. இந்த விஷயம் அப்பாவுக்குத் தெரிந்தால் வீட்டையே இரண்டாக்கிவிடுவார்.

ஆனால், ரெனாட் தன்னுடைய முடிவில் உறுதியாக இருந்தான். அந்த இசைப் போட்டிக்கு அவர்களுடைய பெயரைப் பதிவு செய்துவிட்டான்.

அதன்பிறகு, அவர்களால் ஒன்றும் செய்யமுடியவில்லை. தயங்கித் தயங்கி அப்பாவிடம் விஷயத்தைச் சொன்னார்கள்.

ஜோசஃப் சிரித்தார், இந்தப் பையன்கள் சும்மா விளையாட்டுக்கு ஏதோ வாசித்துப்பழகிக்கொண்டிருக்கிறார்கள் என்று பார்த்தால், போட்டியில் கலந்துகொள்ளும் அளவுக்கு சீரியஸாகப் போகிறார்களே, இவர்களால் ஜெயிக்கமுடியுமா? அவருக்குச் சுத்தமாக நம்பிக்கை இல்லை.

ஆனாலும், தன் மகன்களுக்கு ஒரு வாய்ப்புக் கொடுத்துப் பார்க்கலாம் என்று தீர்மானித்தார் ஜோசஃப் ஜாக்ஸன். காசா, பணமா, ஒரு முயற்சிதானே? விளையாடிப் பார்க்கட்டுமே!

அப்பாவின் அனுமதி இத்தனை சுலபத்தில் கிடைத்துவிடும் என்று மைக்கேல் கொஞ்சம்கூட எதிர்பார்க்கவில்லை. எப்படியாவது ஜெயித்துவிடவேண்டும் என்கிற துடிப்புடன் அவனும் அவனுடைய சகோதரர்களும் இன்னும் கடுமையாகப் பயிற்சி எடுத்துக்கொண்டார்கள்.

அந்த இசைப் போட்டியில், மைக்கேலின் குரலைக் கேட்டு எல்லோரும் சொக்கிப்போனார்கள், ‘அந்த ஏழை வீட்டில் இத்தனை அற்புதமான ஒரு திறமையா?’ என்று அனைவரும் புகழ்ந்தார்கள், எதிர்பார்த்ததுபோலவே, முதல் பரிசு மைக்கேல் குழுவினருக்குத்தான் கிடைத்தது.

வெற்றி, பரிசு, கைதட்டல், பாராட்டுகள் ... மைக்கேலுக்கு முதன்முறையாகத் தன்மீது நம்பிக்கை வந்தது. என்னாலும் இந்த உலகத்தில் ஒரு நல்ல கலைஞனாகப் பெயர் வாங்கமுடியும் என்று உறுதியாக எண்ணத் தொடங்கினான் அவன்.

4. உள்ளூர்ப் புலிகள்

ஜோசஃப் ஜாக்ஸன் முதன்முறையாகத் தன் பிள்ளைகளுக்கு கிடார் வாங்கிக்கொடுத்தபோதே, காதரின் மனத்தில் ஒரு சின்னச் சந்தேகம்.

'சாதாரணமாக இந்த ஆள் இப்படியெல்லாம் காசு செலவழிக்கமாட்டாரே, எதற்காக இத்தனை டாலர் போட்டு மகன்களுக்குக் கிடார் வாங்கித்தருகிறார்?'

காதரின் நினைத்ததுபோலவே, ஜோசஃப் ஜாக்ஸன் மனத்தில் ஒரு திட்டம் இருந்தது. நிஜமாகவே தன்னுடைய மகன்களுக்கு நல்ல இசைத்திறமை இருந்தால், இந்த ஒற்றை கிடாரை வைத்துக்கொண்டு அவர்களால் ஒரு பெரிய இசைக்குழுவையே உருவாக்கிவிடமுடியும் என்று அவர் உறுதியாக நம்பினார்.

இப்போது, ஜாக்ஸன் குழுவினர் பல உள்ளூர் நிகழ்ச்சிகள், பள்ளி விழாக்கள், போட்டிகளிலெல்லாம் கலந்துகொள்ள ஆரம்பித்துவிட்டார்கள், இருக்கிற ஒன்றிரண்டு இசைக்கருவிகளை வைத்துக்கொண்டு பிரமாதமாகக் கச்சேரி நடத்துகிறார்கள், குறிப்பாக மைக்கேலின் பாட்டு, உற்சாக நடனத்துக்குப் பாராட்டுகள் குவிகின்றன.

இத்தனைக்கும், அவர்கள் இதை முழுநேர வேலையாகச் செய்வதில்லை. பள்ளி சென்று வந்ததுபோக மீதமிருக்கிற ஓய்வு நேரத்தில்தான் பயிற்சி எடுக்கிறார்கள், நிகழ்ச்சிகளில் கலந்துகொள்கிறார்கள், இதற்கே இத்தனை பெரிய வரவேற்பு கிடைக்கிறது என்றால், இந்தப் பையன்களுக்கு முறைப்படி பயிற்சி கொடுத்து மேடையேற்றினால் எப்படி இருக்கும் என்று யோசித்தார் ஜோசஃப் ஜாக்ஸன்.

அதாவது, முன்பு தன் சகோதரருடன் இணைந்து ஓர் இசைக்குழுவைத் தொடங்கி நடத்திய ஜோசஃப் ஜாக்ஸன், இப்போது தன்னுடைய திறமைசாலி மகன்களை ஒருங்கிணைத்து இன்னோர் இசைக்குழுவை உருவாக்க நினைத்தார். தனக்குக் கிடைக்காத பெயரும் புகழும் பணமும் தன் மகன்களுக்காவது கிடைக்கவேண்டும் என்பது அவருடைய விருப்பம்.

ஏழைமையில் இருக்கிற எந்தக் குடும்பத்துக்கும், ஏதாவது ஓர் அதிசயம் நடந்து தாங்கள் பொருளாதார நிலைமையில் முன்னேறிவிடமாட்டோமா என்கிற ஏக்கம், எதிர்பார்ப்பு இருக்கும். ஜோசஃப் ஜாக்ஸனுக்கும் அதே ஆசைதான், இந்த அபூர்வமான வாய்ப்பை அவர் தவறவிட விடும்பவில்லை.

அதன்பிறகு, ஜாக்ஸன் சகோதரர்கள் இசைப் பயிற்சிக்காக ரெனாட் ஜோன்ஸ் வீட்டுக்கு ரகசியமாக ஓடுகிற அவசியம் ஏற்படவில்லை. அப்பா ஜோசஃப் ஜாக்ஸனே அவர்களுக்கு விதவிதமான பாடல்களைத் தேர்ந்தெடுத்துக்கொடுத்து, இசைக் கருவிகளை வாசிக்கச் சொல்லித்தந்து வழிநடத்த ஆரம்பித்தார்.

மைக்கேலுக்கு இதைவிடப் பெரிய சந்தோஷம் ஏது? உற்சாகமாகத் தன் சகோதரர்களுடன் தினசரிப் பயிற்சிகளில் ஈடுபட்டான் அவன்.

ஆனால், சீக்கிரத்திலேயே, அவர்களுடைய ஆனந்தமான இசைப் பயிற்சி, எல்லோருக்கும் மிகப் பெரிய அவஸ்தையாக மாறிவிட்டது. காரணம், ஜோசஃப் ஜாக்ஸன்!

அதுவரை ஜோசஃப் ஜாக்ஸனை ஒரு கண்டிப்பான

தந்தையாகமட்டுமே மைக்கேலுக்குப் பரிச்சயம். ஆனால் இப்போது, அவர் ஒரு கோபக்கார வாத்தியாராக மாறிவிட்டார். அவருடைய இந்தப் புதிய முகம், மைக்கேல், அவனுடைய சகோதரர்களை இன்னும் பயந்து நடுங்கச்செய்தது.

'இந்த ட்யூனை இப்படி வாசிக்கணும்' என்று ஜோசஃப் ஜாக்ஸன் ஒரு விஷயத்தைச் சொல்லிக்கொடுத்தால், அதனை அச்சு அசல் அப்படியே வாசித்துக் காட்டவேண்டும், இல்லாவிட்டால் மறுபடி இரண்டு அல்லது மூன்று முறை வாசிக்கச் சொல்வார், அப்போதும் தப்பு செய்தால், கன்னாபின்னாவென்று திட்டு விழும், அதன்பிறகும் வழிக்கு வராவிட்டால் அடி, உதை நிச்சயம்.

சின்னப் பிள்ளைகள்தானே என்று அவர்கள்மேல் இரக்கம் காட்டாமல், மிகவும் கடினமான இசைத் துணுக்குகள், பாடல்களையெல்லாம் வாசிக்கச் சொல்லி வற்புறுத்தினார் ஜோசஃப் ஜாக்ஸன். ஒவ்வொன்றையும் அவருக்குத் திருப்தி ஏற்படுகிறவரை திரும்பத் திரும்ப வாசித்துக்கொண்டே இருக்கவேண்டும், இல்லாவிட்டால், சாப்பாடு, தூக்கம், மூச்சாகூடப் போகமுடியாது.

இதனால், கொஞ்ச நாள் முன்புவரை சங்கீதத்தை ஒரு நல்ல பொழுதுபோக்காக நினைத்து அனுபவித்துக்கொண்டிருந்த ஜாக்ஸன் சகோதரர்களுக்கு, இப்போது அது ஒரு பெரிய வேலையாகத் தோன்ற ஆரம்பித்துவிட்டது. அப்பாவின் அதட்டல், மிரட்டல், அடி, உதைக்குப் பயந்தபடி அவர் சொல்கிற பாடல்களைப் பயிற்சி செய்ய ஆரம்பித்தார்கள்.

இதில் மிகவும் பாதிக்கப்பட்டது மைக்கேல் ஜாக்ஸன்தான். அவனுடைய அண்ணன்களாவது கொஞ்சம் பரவாயில்லை, ஓரளவு குழந்தைப் பருவத்தை அனுபவித்துவிட்டார்கள், ஆனால் மைக்கேல், எந்தவிதமான பொழுதுபோக்குக்கும் இடம் இல்லாமல், ஏழு வயதிலேயே மேடையில் தள்ளப்பட்டுவிட்டான்.

நல்லவேளையாக, மைக்கேலுக்கு மேடையேறுவது மிகவும்

பிடித்திருந்தது. சொல்லப்போனால், வெளியே உள்ள வழக்கமான உலகத்தைவிட, வெளிச்சமயமான மேடை வாழ்க்கையில்தான் அவன் நிம்மதியாக உணர்ந்தான்.

ஆனால், ஏழு வயதுப் பையனைக் காலை எழுந்தவுடன் இசைப் பயிற்சி, அப்புறம் பள்ளிக்கூடம், திரும்பி வந்ததும் கை, கால்கூடக் கழுவாமல், காபி, பிஸ்கட் சாப்பிடாமல் மீண்டும் இசைப் பயிற்சி என்று நடுராத்திரிவரை போட்டு வாட்டினால், அவன் தாங்குவானா? சனி, ஞாயிற்றுக்கிழமைகளில்கூட ஓய்வு கொடுக்காமல் ஃபேக்டரி வேலையாள்மாதிரி அந்தச் சின்னப் பையனைத் தொடர்ந்து வேலை வாங்குவது நியாயமா?

ஜோசஃப் ஜாக்ஸன் அதைப்பற்றிக் கவலைப்படவில்லை. தன்னுடைய மற்ற மகன்களையெல்லாம்விட, சின்னஞ்சிறுவனான மைக்கேலுக்குதான் திறமை அதிகம், அவனைப் பார்க்கத்தான் கூட்டம் அதிகமாக வரும் என்பது அவருக்கு நன்றாகத் தெரிந்திருந்தது. ஆகவே, மைக்கேல் இன்னும் இன்னும் கடுமையாகப் பயிற்சி எடுக்கவேண்டும் என்று வற்புறுத்தினார் அவர்.

இப்போது, ஜாக்ஸன் வீட்டில் பொம்மைகள், பாடப் புத்தகங்களைவிட இசைக் கருவிகள் அதிகமாகிவிட்டன. ஒவ்வொரு நாளும் ஏதாவது ஒரு புதுப் பாட்டு, புதிய வாத்தியத்தைக் கற்றுக்கொண்டு தொடர்ச்சியாகப் பயிற்சி எடுத்து, அப்பாமுன் வாசித்துக் காண்பித்து, தவறுகளுக்குத் திட்டு வாங்கி, அவற்றைச் சரிசெய்து, மீண்டும் வாசித்துக் காண்பித்து, அதன்பிறகும் தொடர்ந்து பயிற்சி எடுத்து, ... மைக்கேலுக்கும் அவன் சகோதரர்களுக்கும் மூச்சு விடக்கூட இடைவெளி விடாமல் இசைப் பயிற்சியில் மூழ்கடித்தார் ஜோசஃப் ஜாக்ஸன்.

ஆச்சர்யமான விஷயம், அவர் எவ்வளவுதான் பையன்களைப்போட்டு வாட்டினாலும், அவர்கள் திமிறிக்கொண்டு வெளியேறவில்லை, நிஜமாகவே அவர்களுக்கு இசையில் ஆர்வமும் திறமையும் இருந்த காரணத்தால்,

அப்பாவின் கட்டாயப் பயிற்சிகளுடைய சுமையைக்கூட அவர்கள் மகிழ்ச்சியாக ஏற்றுக்கொண்டார்கள்.

ஒருகட்டத்தில், ஜோசஃப் ஜாக்ஸனுக்குத் தன் மகன்கள்மீது முழு நம்பிக்கை ஏற்பட்டுவிட்டது. அவர்களை வைத்து *'Jackson Five'* என்கிற பெயரில் ஓர் இசைக்குழுவை உருவாக்கினார்.

அதன்பிறகு, ஜோசஃபுக்கு ஏதோ ஜுரம் வந்ததுபோல் ஓர் ஆவேசம் பிறந்துவிட்டது. மகன்களின் இசைப் பயிற்சியை இன்னும் தீவிரப்படுத்தினார், 'ஒவ்வொரு ரிகர்சலையும் நிஜமான மேடை நிகழ்ச்சிபோல் நினைத்துச் செய்யவேண்டும்' என்று கட்டாயப்படுத்தினார், தன்னுடைய தொழிற்சாலை வேலையைப் பகுதி நேரமாக மாற்றிக்கொண்டு, 'ஜாக்ஸன் ஃபைவ்'க்கு வாய்ப்புத் தேட ஆரம்பித்தார்.

ஜோசஃப் ஜாக்ஸன் நினைத்ததுபோலவே, உள்ளூர் இசைப் பிரியர்கள்மத்தியில் மைக்கேலின் பெயர் ஓரளவு பிரபலமாகியிருந்தது. அந்தத் திறமைசாலிப் பொடியனை மையமாக வைத்து ஓர் இசைக்குழு வந்திருக்கிறது என்று தெரிந்ததும், பலர் ஆர்வமானார்கள், ஒன்றிரண்டு வாய்ப்புகள் கிடைக்க ஆரம்பித்தன.

இதையடுத்து, ஜாக்ஸன் வீட்டில் எந்நேரமும் பாட்டுச் சத்தம் கேட்க ஆரம்பித்தது. மைக்கேலும் அவன் சகோதரர்களும் நாள்முழுக்கப் புதுப்புதுப் பாடல்களைப் பாடி, ஆடிப் பயிற்சி எடுத்துக்கொண்டிருந்தார்கள்.

கேரியில் 'ஜாக்ஸன் ஃபைவ்' இசைக்குழு உடனடி ஹிட். சின்னச் சின்ன உள்ளூர் நிகழ்ச்சிகளில் கலக்க ஆரம்பித்தவர்கள், சீக்கிரத்திலேயே அக்கம்பக்கத்தில் இருந்த ஊர்களுக்கெல்லாம் பயணம் செய்து கச்சேரிகள் நடத்தினார்கள், போட்டிகளில் கலந்துகொண்டார்கள், பாராட்டுகளையும் வெற்றிகளையும் குவிக்க ஆரம்பித்தார்கள்.

இதன்மூலம், அவர்களுக்குப் பெரிய அளவில் வருமானம் எதுவும் கிடைத்துவிடவில்லை. ஆனால் அதைப்பற்றி

ஜோசஃப் ஜாக்ஸன் அவ்வளவாகக் கவலைப்படவில்லை, ‘இப்போதைக்கு நஷ்டம் எதுவும் இல்லாமல் செலவுகளைச் சமாளிக்கும் அளவுக்குப் பணம் வந்தால் போதும்’ என்று திருப்தியடைந்துவிட்டார்.

காரணம், மைக்கேலின் திறமைக்கு அவன் ரொம்ப நாள் உள்ளூரில் இருக்கமாட்டான் என்பது ஜோசஃபுக்கு நன்றாகத் தெரியும். தொடர்ந்து இதேபோன்ற சின்னச் சின்ன நிகழ்ச்சிகளை நடத்திப் பெயர் வாங்கினால், சீக்கிரத்திலேயே அவர்களுக்கு வெளியூர்க் கச்சேரி வாய்ப்புகள் வரும், ரேடியோ, தொலைக்காட்சியில்கூடப் பாடக் கூப்பிடுவார்கள், இசைத்தட்டுகள் வெளியிடலாம், இன்னும் ஏகப்பட்ட வழிகளில் பணம் பண்ண வாய்ப்பு உண்டு.

இப்படிப் பெரிதாகக் கனவு கண்டபோதும், ஜோசஃப் எதார்த்தத்திலிருந்து கொஞ்சம்கூட விலகவில்லை. நாளைக்கு இந்தக் கனவுகளெல்லாம் ஒழுங்காக நிறைவேறவேண்டுமென்றால், இன்றைக்குக் கையில் கிடைக்கும் வாய்ப்புகளை ஒழுங்காகப் பயன்படுத்திக்கொண்டு முன்னேறவேண்டும் என்பதில் அவர் மிகக் கவனமாக இருந்தார்.

ஆகவே, ஜாக்ஸன் சகோதரர்களுக்கு நிகழ்ச்சிகள் இல்லாதபோதுகூட, அவர்களைத் தொடர்ந்து பயிற்சி எடுக்கச்சொல்லிக் கட்டாயப்படுத்தினார் ஜோசஃப். ‘ஒவ்வொரு நிகழ்ச்சியிலும் ஏதாவது புதுசாகச் செய்துகொண்டே இருக்கவேண்டும், இல்லாவிட்டால் மக்கள் நம்மைப் பத்தோடு பதினொன்றாக ஒதுக்கிவிடுவார்கள்’ என்று திரும்பத் திரும்பச் சொன்னார் அவர்.

இதெல்லாம் அவருடைய பிள்ளைகளுக்குப் புரிந்ததோ இல்லையோ, அப்பா சொல்கிறார் என்கிற பயம், கூடவே அவர்களுக்கு இசைமீது, நடனத்தின்மீது, பாராட்டுகள், கைதட்டல்களின்மீது இருந்த விருப்பம் எல்லாமாகச் சேர்ந்து ‘ஜாக்ஸன் ஃபைவ்’ இசைக்குழுவின் ஒவ்வொரு கச்சேரியையும் களைகட்டச்செய்தன.

மிகச் சீக்கிரத்தில் உள்ளூரில் மைக்கேலுக்கென்று ஒரு சின்ன ரசிகர் வட்டம் உருவாகிவிட்டது. அவர் ஆடுவதைப் பார்ப்பதற்காகவே பெரியவர்கள்முதல் சின்னப் பொடியன்கள்வரை எல்லோரும் டிக்கெட் வாங்கிக்கொண்டு வரத் தயாராக இருந்தார்கள்.

இதனால், அக்கம்பக்கத்தில் இருந்த பலருக்குப் பொறாமை. நேற்றுவரை நம்மோடு அன்றாடங்காய்ச்சிகளாக இருந்தவர்கள் இன்றைக்கு மேடையேறிப் பெரிய ஆளாகிவிடுவார்களோ என்கிற எரிச்சலில் ஜாக்ஸன் சகோதரர்கள் பயிற்சி எடுக்கிற நேரத்தில் அவர்கள் வீட்டுமுன்னால் வந்து சத்தம் போடுவது, ‘இந்தப் பசங்க தேறமாட்டாங்க’ என்று அசிங்கமான சொற்களைப் பயன்படுத்தித் திட்டுவது என்று பல இடைஞ்சல்களை அரங்கேற்றினார்கள்.

‘அதையெல்லாம் கண்டுக்காதீங்க’ என்றார் ஜோசஃப் ஜாக்ஸன், ‘உங்களுடைய வேலை பாடறது, கச்சேரி பண்றது, நீங்க ரிகர்சல்லமட்டும் கவனம் செலுத்துங்க, மத்த விஷயத்தையெல்லாம் நான் பார்த்துக்கறேன்.’

ஜோசஃப் ஜாக்ஸன்மீது ஆயிரம் குற்றச்சாட்டுகள் சொல்லப்பட்டாலும், இந்த ஒரு விஷயத்தில்மட்டும் அவர் ஒரு நிஜமான ஜென்டில்மேனாக நடந்துகொண்டார். தன்னுடைய பிள்ளைகளின் வருமானத்தைத் திருடிக்கொள்ளவேண்டும், அவர்களுடைய உழைப்பைப் பயன்படுத்தித் தான் முன்னேறவேண்டும் என்றெல்லாம் அவர் வில்லத்தனமாக யோசிக்கவில்லை, ஜாக்ஸன் சகோதரர்கள் இசைத்துறையில் மிக வேகமாக முன்னேறினார்கள் என்றால், அதற்கு அவர்களுடைய சொந்தத் திறமைமட்டும் காரணமில்லை, அவர்களுக்கு மேனேஜராக இயங்கிய ஜோசஃப் ஜாக்ஸன்தான் ஒவ்வொரு கட்டத்திலும் அவர்களுக்கான வாய்ப்புகளைத் தேடிக் கொடுத்தார், அடுத்து என்ன, அடுத்து என்ன என்று கச்சிதமாகத் திட்டமிட்டு வழிநடத்தினார், முக்கியமாக, பண விஷயத்தில் அவர்களை யாரும் ஏமாற்றாமல் பார்த்துக்கொண்டார்.

அதேசமயம், அவர்களுடைய அம்மா காதரினையும் இங்கே குறிப்பிட்டுச் சொல்லவேண்டும். அந்தக் காலகட்டத்தில் அமெரிக்காமுழுவதும் இளைஞர்கள் புகைபிடிப்பது, போதை மருந்துப் பழக்கம், தாராளமான செக்ஸ் என்று பாதை மாறிக்கொண்டிருந்த சூழ்நிலையில், ஜாக்ஸன் சகோதரர்கள் அதுபோன்ற சிக்கல்களில் மாட்டிக்கொள்ளாமல் தொடர்ந்து தங்களுடைய இசைத்துறை முன்னேற்றத்தில் கவனம் செலுத்த அவர் ஒரு முக்கியமான காரணம்.

ஜோசஃப் ஜாக்ஸன் திட்டமிட்டதுபோலவே, 'ஜாக்ஸன் ஃபைவ்' குழுவின் வளர்ச்சி, அவர்கள் குடும்பத்தின் பொருளாதார நிலைமையில் கணிசமான முன்னேற்றத்தைக் கொண்டுவந்தது. அடுத்தபடியாக கேரியிலிருந்து வெளியேறி, இன்னும் அதிக வாய்ப்புகளைத் தரக்கூடிய ஒரு பெரிய நகரத்தில் குடியேறவேண்டும் என்று திட்டமிட்டார் அவர்.

ஆனால், அதற்கு ஜாக்ஸன் குழுவினர் இன்னும் நிறையப் பெரிய நிகழ்ச்சிகளில் பங்கேற்கவேண்டும், ஒன்றிரண்டு இசைத் தட்டுகள் வெளியிடவேண்டும், தேசிய அளவிலான போட்டிகளில் கலந்துகொண்டு பரிசு வாங்கவேண்டும், அதன்பிறகுதான் அவர்கள் அடுத்த நிலைக்கு முன்னேறமுடியும்.

சீக்கிரத்திலேயே, அந்த ஆரம்பப் புள்ளி அவர்களுக்குக் கிடைத்துவிட்டது. *'Steeltown'* என்கிற ஓர் உள்ளூர் நிறுவனம், ஜாக்ஸன் சகோதரர்களை வைத்து ஓர் இசைத்தட்டைப் பதிவு செய்து வெளியிட்டது.

அந்த முதல் இசைத்தட்டு, அப்படியொன்றும் பிரமாதமாக விற்கவில்லை. ஆனால், மற்ற இசைக்குழுக்களெல்லாம் சும்மா அடுத்தவர்களுடைய பாட்டுகளைக் காப்பியடித்துக் கொண்டிருந்தபோது, ஜாக்ஸன் குழுவினர் சொந்தமாகப் பாடி இசைத்தட்டு வெளியிட்டிருக்கிறார்கள் என்கிற விஷயமே அவர்களுக்கு ஒரு புதிய மரியாதையைத் தேடிக் கொடுத்தது, 'ஜாக்ஸன் ஃபைவ்'க்கு ஏகப்பட்ட கச்சேரி வாய்ப்புகள் கிடைக்க ஆரம்பித்தன.

ஆனால் அப்போதும், அவர்களுடைய மேனேஜர், அப்பா ஜோசஃப் ஜாக்ஸனுக்குத் திருப்தியில்லை. இன்னும் எத்தனை நாளைக்குத்தான் தன் மகன்கள் இப்படிக் குண்டுச்சட்டியில் குதிரை ஓட்டுவது என்று யோசித்த அவர், அடுத்த கட்டத்துக்கான ஏற்பாடுகளில் இறங்கிவிட்டார்.

'ஜாக்ஸன் ஃபைவ்' குழுவினர் '*Steeltown*' போன்ற உள்ளூர்க் கம்பெனிகளுக்கு இசைத்தட்டு பதிவு செய்தால், மிஞ்சிப்போனால் ஐம்பது, நூறு பேர் கேட்பார்கள், அதுவும் நாமாகக் கஷ்டப்பட்டு விற்றால்தான் உண்டு.

அதற்குப் பதிலாக, ஏற்கெனவே அமெரிக்காமுழுக்கப் பிரபலமான ஒரு நிறுவனம் அவர்களுடைய இசைத்தட்டை வெளியிட்டால், விளம்பரம், விற்பனை, மார்க்கெட்டிங் இன்னபிற சமாசாரங்களையெல்லாம் அவர்களே கவனித்துக்கொள்வார்கள், அதன்பிறகு, அந்த ஓர் இசைத்தட்டை வைத்துக்கொண்டு ஜாக்ஸன் சகோதரர்கள் எங்கேயோ பெரிய உயரத்துக்குப் போய்விடலாம்.

திட்டம் நன்றாகத்தான் இருக்கிறது. ஆனால் எதார்த்தம்? உள்ளூர்ப் புலிகளான ஜாக்ஸன் சகோதரர்களுக்கு எந்தப் பெரிய நிறுவனம் வாய்ப்புக் கொடுக்கும்?

5. முதல் படி

அது ஒரு சாதாரணமான இசை நிகழ்ச்சி, பெரிய கூட்டமோ, பிரம்மாண்டமான ஏற்பாடுகளோ எதுவும் இல்லை.

ஆனால், ஜாக்ஸன் சகோதரர்கள் எப்போதும் அதைப்பற்றிக் கவலைப்பட்டது கிடையாது. ஒவ்வொரு நிகழ்ச்சிக்காகவும் உயிரைக் கொடுத்து உழைப்பதும், தங்களுடைய மிகச் சிறந்த திறமையை வெளிப்படுத்துவதும்தான் அவர்களுடைய பழக்கம்.

அன்றைக்கும் அவர்கள் பிரமாதமாகப் பாடினார்கள், நாளைக் காலை இந்த உலகம் இருண்டுவிடப்போகிறது என்பதுபோல் அற்புதமாக இசையைக் கொண்டாடினார்கள்.

ஆனால், அந்த அரங்கத்தில் உட்கார்ந்திருந்த பெரும்பாலானோர் அவர்களைக் கண்டுகொண்டதாகவே தெரியவில்லை. ஒவ்வொருவரும் அவரவர்களுடைய வேலைகளை மும்முரமாகக் கவனித்துக்கொண்டிருந்தார்கள்.

நம் ஊரில் கல்யாண ரிசப்ஷனின்போது கர்நாடக சங்கீதக் கச்சேரிக்கோ, சினிமா ஆர்க்கெஸ்ட்ராவுக்கோ ஏற்பாடு செய்திருப்பார்கள். ஒருபக்கம் அவர்கள் உருகிப் பாடிக்கொண்டிருக்க, இன்னொருபக்கம் எல்லோரும்

தங்களுக்குள் பேசிச் சிரித்துக்கொண்டிருப்பார்கள், மேடையில் இருக்கிறவர்களை யாரும் கவனிக்கமாட்டார்கள்.

அந்தக் காலத்தில் ஜாக்ஸன் சகோதரர்களின் பெரும்பாலான இசை நிகழ்ச்சிகள் இப்படித்தான் நடந்துகொண்டிருந்தன. காசு ஒழுங்காக வந்துகொண்டிருந்தாலும், அவர்களுடைய திறமைக்கு ஏற்ற அங்கீகாரம் கிடைக்கவில்லை என்பதுதான் உண்மை.

நல்லவேளையாக, இதைப் புரிந்துகொண்டு வருத்தப்படுகிற அளவுக்கு ஜாக்ஸன் சகோதரர்களுக்கு வயதாகியிருக்கவில்லை. அவர்கள் மற்றவர்களுக்காக இல்லாமல் தங்களுக்காகத்தான் பாடினார்கள், ஆடினார்கள், ஆகவே, பார்வையாளர்கள் கவனிக்கிறார்களோ இல்லையோ, அவர்கள் தங்களுடைய உழைப்பில், முனைப்பில் குறைவைப்பது கிடையாது.

அன்றைக்கு, ஜாக்ஸன் ஃபைவ் நிகழ்ச்சியைப் பார்க்க வந்திருந்தவர்களில் ஒருவர், பாபி டைலர். இவர் ஒரு தொழில்முறைப் பாடகர்.

பாபி டைலருக்கு ஜாக்ஸன் சகோதரர்களின் குரல் மிகவும் பிடித்துப்போய்விட்டது, அவர்கள் ஒன்றாக இணைந்து பாடும்போது அதில் ஒரு விசேஷமான வசீகரம் இருப்பதாக அவருக்குத் தோன்றியது.

அவர் நேராக 'மோடௌன் ரெகார்ட்ஸ்' என்ற இசை நிறுவனத்துக்குச் சென்றார், ஜாக்ஸன் சகோதரர்களைப்பற்றிச் சொல்லிச் சிபாரிசு செய்தார்.

'மோடௌன்' என்பது, 'மோட்டார் டௌன்' என்ற பெயரின் சுருக்கம். 'மோட்டார் நகரம்' என்று பெயர் பெற்ற டெட்ராய்டில் இந்த இசை நிறுவனம் அமைந்திருந்ததால், அப்படி ஒரு வித்தியாசமான பெயர் சூட்டியிருந்தார்கள்.

அன்றைய அமெரிக்காவின் புகழ் பெற்ற பாடகர்கள், இசைக் கலைஞர்கள், குழுக்கள் பலவற்றை அறிமுகப்படுத்திய பெருமை

'மோடௌன் ரெகார்ட்ஸ்'க்கு உண்டு. அவர்கள் யாரையாவது அறிமுகப்படுத்துகிறார்கள் என்றால், நிச்சயமாக அது ஒரு நல்ல புதுத் திறமையாகதான் இருக்கும் என்கிற நம்பிக்கை இசை ரசிகர்களுக்கு இருந்தது.

ஜாக்ஸன் சகோதரர்களைப்பற்றிக் கேள்விப்பட்ட மோடௌன் ரெகார்ட்ஸ், உடனடியாக அவர்களுக்குத் தகவல் அனுப்பியது, 'உங்களுடைய இசையைக் கேட்க விரும்புகிறோம், நீங்கள் டெட்ராய்ட் புறப்பட்டு வரமுடியுமா?'

அந்தக் கடிதத்தைப் படித்த ஜோசஃப் ஜாக்ஸன் உற்சாகமாகிவிட்டார். இப்படி ஒரு வாய்ப்புக்காகத்தானே இத்தனை நாளாகக் காத்திருந்தது? உடனடியாக டெட்ராய்ட் கிளம்புவதற்கான ஏற்பாடுகளில் இறங்கிவிட்டார்.

ஜாக்ஸன் சகோதரர்கள் அப்பாவோடு ஒரு மினி வேனில் புறப்பட்டார்கள். டெட்ராய்ட் வந்து சேர்ந்து மோடௌன் ரெகார்ட்ஸ் அலுவலகத்தைத் தேடிப் பிடித்தார்கள்.

அங்கே ஏற்கெனவே ஏகப்பட்ட கூட்டம் காத்திருந்தது. அவர்களைப் பார்த்ததும் மைக்கேல் ஜாக்ஸனுக்குக் கவலை, 'இத்தனை பேருக்கு மத்தியில் இவர்கள் நம்மை உள்ளே அனுமதிப்பார்களா?'

ஜோசஃப் ஜாக்ஸன் நேராக வாசல் காவலரிடம் சென்றார், 'நாங்க ஒரு ரெகார்டிங்குக்காக வந்திருக்கோம்' என்று விவரத்தைச் சொன்னார்.

சட்டென்று அந்தக் காவலாளியின் முகத்தில் ஒரு புதிய மரியாதை தெரிந்தது. உடனடியாக அவர்கள் உள்ளே அழைக்கப்பட்டார்கள், பாடல் பதிவு தொடங்கியது.

அதற்குமுன் ஜாக்ஸன் சகோதரர்கள் மேடைகளிலும் போட்டி நிகழ்ச்சிகளிலும்தான் அதிகம் பாடியிருக்கிறார்கள். இங்கே கைதட்ட யாருமே இல்லாத சூழலில் பாடுவது அவர்களுக்கு ஒரு விநோதமான அனுபவமாக இருந்தது.

ஆனால், இந்த வாய்ப்புதான் அவர்களுடைய அடுத்த கட்ட வளர்ச்சியைத் தீர்மானிக்கப்போகிறது என்று அப்பா ஜோசஃப் ஜான்ஸன் தெளிவாகச் சொல்லியிருந்தார். ஆகவே, அவர்கள் எப்போதும்போல் தங்களுடைய முழு உழைப்பையும் கொடுத்துப் பாடினார்கள்.

ஜாக்ஸன் சகோதரர்களின் குரல், அங்கே எல்லோருக்கும் பிடித்துப்போய்விட்டது. அவர்களுடைய இசைத்தட்டுகளை வெளியிடுவதற்கான ஒப்பந்தம் கையெழுத்தானது.

மைக்கேல் ஜாக்ஸனுக்கு உற்சாகம் தாங்கவில்லை. மிக விரைவில் தங்களுடைய குரலை மொத்த அமெரிக்காவும் கேட்கப்போகிறது என்று மகிழ்ச்சியில் துள்ளினான் அவன்.

ஒரே வருத்தம், மோடௌன்க்கான பாடல்களைப் பதிவு செய்வதற்காக, ஜாக்ஸன் சகோதரர்கள் ஐந்து பேரும், அப்பா ஜோசஃப் ஜாக்ஸனும் பல நாள்கள் கலிஃபோர்னியாவில் தங்கவேண்டியிருந்தது. மைக்கேல் இத்தனை நாள் அம்மாவைவிட்டுப் பிரிந்து இருந்ததே கிடையாது.

ஆனால், இந்த மோடௌன் இசைத்தட்டு வெளியாகிப் பிரபலமடைந்துவிட்டால், அவர்கள் எல்லோருமே ஒரு பெரிய நகரத்துக்குச் சென்று செட்டிலாகிவிடலாம். அதன்பிறகு எப்போதும் அவர்கள் வறுமையின் கொடுமையை அனுபவிக்கவேண்டியதில்லை. இந்த ஒரு விஷயம்தான், ஜாக்ஸன் சகோதரர்களுக்குப் பெரிய உத்வேகமாக இருந்தது.

மோடௌன்க்காக ஜாக்ஸன் சகோதரர்கள் பதிவு செய்த முதல் பாடல், *'I Want You Back*'. 1970 ஜனவரியில் இந்த இசைத்தட்டு வெளியானது.

ஜாக்ஸன் சகோதரர்களால் பெரிய அளவில் வளரமுடியும் என்கிற நம்பிக்கை எல்லோருக்குமே இருந்தது. ஆனால், அந்த முதல் இசைத்தட்டுக்கு அத்தனை பெரிய வரவேற்பு கிடைக்கும் என்று யாருமே எதிர்பார்க்கவில்லை.

'I Want You Back' வெளியான வேகத்தில் பல ஆயிரம் பிரதிகள் விற்றுத் தீர்ந்தன. அதற்குமுன் மோடௌன் வெளியிட்ட வேறு எந்த இசைத்தட்டும் இந்த அளவு பிரமாதமான வரவேற்பைப் பெற்றது கிடையாது, மிக விரைவில், அமெரிக்காவின் மூலை முடுக்குகளிலெல்லாம் ஜாக்ஸன் சகோதரர்களின் குரல் ஒலிக்க ஆரம்பித்துவிட்டது.

உடனடியாக, ஜாக்ஸன் சகோதரர்களின் அடுத்தடுத்த இசைத்தட்டுகளை வெளியிட ஆரம்பித்தது மோடௌன் ரெகார்ட்ஸ். *Who's Lovin' You, ABC, The Love You Save, I'll Be There* என அவர்களுடைய பாடல்கள் ஒவ்வொன்றும் வெளியான வேகத்தில் விற்பனைப் பட்டியல்களின் உச்சம் தொட்டன.

சில மாதங்களுக்குள், அமெரிக்காவின் மிகப் பெரிய இசைக் கலைஞர்கள் பட்டியலில் ஜாக்ஸன் சகோதரர்கள் இடம் பிடித்துவிட்டார்கள். சாதாரண ரசிகர்கள் தொடங்கி, பெரிய நிபுணர்கள்வரை எல்லோரும் அவர்களுடைய தனித்துவமான இசையைப் பாராட்டிக் குவித்தார்கள்.

ஜாக்ஸன் சகோதரர்களின் உடனடி வெற்றிக்குப் பல காரணங்களைச் சொல்லலாம். ஆனால் அந்த வெற்றியில் மற்ற சகோதரர்களைக்காட்டிலும் மைக்கேல் ஜாக்ஸனின் பங்களிப்பு மிக மிக அதிகம் என்பதுமட்டும் உண்மை.

ஆரம்பத்தில், அதாவது ஜாக்ஸன் சகோதரர்கள் இசைக்குழு தொடங்கப்பட்டபோது அதில் மைக்கேல் ஜாக்ஸன் இடம்பெறவில்லை. அதன்பிறகு, அம்மா காதரின்தான் அப்பா ஜோசஃபிடம் சிபாரிசு செய்து அவனைக் குழுவில் இணைத்துவிட்டார்.

மைக்கேல் தன்னுடைய மென்மையான குழந்தைக் குரலுக்காகத்தான் அந்தக் குழுவில் இடம்பெற்றான். ஆனால் மிக விரைவில் அவனே 'ஜாக்ஸன் ஃபைவ்'ன் முக்கியப் பாடகனாகிவிட்டான்.

இதற்குக் காரணம், மைக்கேல் பாடுவதோடு நிறுத்திக்கொள்ளவில்லை, அவனுடைய மழலை முகமும், எந்நேரமும் சிரித்த முகபாவமும், ஒரு விநாடிகூட ஓய்வெடுக்காமல் ஆடிக்கொண்டே இருக்கும் கால்களும், துடிப்பான கைகளும் ரசிகர்களை மிகவும் ஈர்த்தன.

இதைப் புரிந்துகொண்ட மைக்கேல், தனது மேடை ஆளுமையை வலுப்படுத்திக்கொள்வதற்காகக் கடுமையாக உழைத்தான். தனக்குப் பிடித்த மற்ற இசைக் கலைஞர்களின் நிகழ்ச்சிகளைப் பார்த்து அவர்கள் என்னவெல்லாம் செய்கிறார்கள், அதற்குப் பார்வையாளர்களின் ரியாக்ஷன் எப்படி இருக்கிறது என்றெல்லாம் கூர்ந்து கவனித்தான், எந்த மேடையில் யார் ஒரு புதுமையான உத்தியை அறிமுகப்படுத்தினாலும், அது எப்படியாவது மைக்கேலின் கவனத்துக்கு வராமல் போகாது.

ஆச்சர்யமான விஷயம், எப்பேர்ப்பட்ட சிக்கலான நடன அசைவும் மைக்கேலுக்குச் சுலபத்தில் வசப்பட்டது. மற்றவர்கள் செய்வதை அப்படியே காப்பி அடிக்காமல், அதில் தன்னுடைய சொந்த யோசனைகளையும் கலந்து மேம்படுத்துவதில் அவன் பெரிய விற்பன்னனாகிவிட்டான்.

இதனால், மைக்கேலின் நிகழ்ச்சிகளை மேடையில் பார்த்தவர்களுக்கு எதுமாதிரியும் இல்லாத ஒரு புது அனுபவம் கிடைத்தது. இதோடு அவனுடைய மிருதுவான குரலும் சேர்ந்துகொண்டுவிட்டால், கேட்கவேண்டுமா?

ஜாக்ஸன் சகோதரர்களின் இசைத்தட்டுகள் வரிசையாகப் பெரிய வெற்றி அடைந்தபோது, அவர்களுக்குப் பெயரும் புகழும் பணமும் குவிந்தது. ஆனால் அதையெல்லாம்விட மைக்கேல் ஜாக்ஸனுக்குப் பெரிய சந்தோஷம், அவர்களுடைய குடும்பம் மீண்டும் ஒன்றுசேர்ந்துவிட்டது.

ஒருவழியாக அவர்கள் கேரியிலிருந்து விடுபட்டுவிட்டார்கள். அப்பா, அம்மா, குழந்தைகள் எல்லோரும் லாஸ் ஏஞ்சலஸ் நகரில் குடியேறினார்கள்.

ஆர்ப்பாட்டமில்லாத சிறு நகரமான கேரியில் வளர்ந்த ஜாக்ஸன் சகோதரர்கள் லாஸ் ஏஞ்சலஸின் பிரம்மாண்டத்தைப் பார்த்து வாய் பிளந்தார்கள். அந்தப் பளபளப்பு, வாழ்க்கைமுறை, பணத்தைத் தண்ணீராகச் செலவழிக்கும் மனிதர்கள் எல்லாமே அவர்களுக்குப் பெரிய ஆச்சர்யமாக இருந்தது.

இந்தக் காலகட்டத்தில், மோடௌன் நிறுவனத்தின் சார்பில் ஜாக்ஸன் சகோதரர்கள் வெளியிட்ட இசைத்தட்டுகளெல்லாம் தொடர்ந்து மிகப் பெரிய விற்பனைச் சாதனைகளை நிகழ்த்திக்கொண்டிருந்தன. நாடுமுழுவதும் அவர்களுக்கு ரசிகர்கள் கிடைத்திருந்தார்கள்.

ஆனால், இதே புகழ் அவர்களுக்குப் பல சங்கடங்களையும் கொண்டுவந்தது. மற்ற பிள்ளைகளைப்போல் அவர்களால் ஒழுங்காகப் பள்ளிக்குச் சென்று படிக்கக்கூட முடியவில்லை.

காரணம், இங்கேதான் ஜாக்ஸன் சகோதரர்கள் படிக்கிறார்கள் என்று தெரிந்ததும், ரசிகர்கள் அந்தப் பள்ளிக் கட்டடத்தை முற்றுகையிட்டுவிட்டார்கள், வகுப்புகளை ஒழுங்காக நடத்தமுடியாமல் ஆட்டோகிராஃப் கேட்டுத் தொந்தரவு செய்தார்கள்.

வேறு வழியில்லாமல், மைக்கேல் ஜாக்ஸனும் அவனுடைய அண்ணன்களும் பள்ளியிலிருந்து நின்றுவிட்டார்கள், அதற்குப் பதிலாக, தங்களுடைய வீட்டிலேயே ஒரு தனி ஆசிரியர் வைத்துப் படிக்க ஆரம்பித்தார்கள்.

ரசிகர்கள் சும்மா இருப்பார்களா? ஜாக்ஸன் சகோதரர்கள் எந்த ஊருக்கெல்லாம் பயணம் செய்கிறார்கள், அங்கே எந்த ஹோட்டலில் தங்குகிறார்கள் என்பதைத் தெரிந்துகொண்டு, அவர்களுடைய அறைகளுக்குள் அதிரடியாகப் புகுந்தார்கள், 'மைக்கேல், ஒரே ஒரு ஆட்டோகிராஃப், ப்ளீஸ்...'

மைக்கேல் கொஞ்சம் கொஞ்சமாக இந்தப் புகழ் வெளிச்சத்துக்குப் பழக ஆரம்பித்திருந்தான். ஆனால் அதேசமயம், அவனுக்குள்

இருந்த சிறுவன் தன்னுடைய குழந்தைப்பருவத்தை நினைத்து எப்போதும் ஏங்கிக்கொண்டிருந்தான்.

போதாக்குறைக்கு, இப்போது தன்னுடைய அப்பா, அண்ணன்களின் தவறான பழக்கவழக்கங்கள் மைக்கேலுக்குப் பெரிய குழப்பத்தை ஏற்படுத்தின. கையில் நாலு காசு சேர்ந்துவிட்டால் என்ன வேண்டுமானாலும் செய்யலாமா? சின்ன வயதில் அம்மா சொல்லிக்கொடுத்த ஒழுக்க நெறிமுறைகளெல்லாம் இப்போது செல்லாதா? இனிமேல் நானும் இஷ்டம்போல் குடிக்கலாம், கூத்தடிக்கலாமா?

மைக்கேல் இன்னும் சின்னஞ்சிறுவன்தானே? அவனுக்குத் தப்பு செய்கிற தைரியம் வரவில்லை. ஆனால், ஒரு விஷயத்தில்மட்டும், அவன் ரொம்பவும் மாறிப்போயிருந்தான் - அவனுக்கு அப்பா ஜோசஃப்மீது பயம் போய்விட்டது.

அதுவரை அப்பா எது சொன்னாலும் மைக்கேல் மறுபேச்சு இல்லாமல் உடனடியாகச் செய்துமுடித்துவிடுவான், 'ஏன் இதைச் செய்யவேண்டும்?' என்று கேள்வி கேட்கிற பழக்கமே கிடையாது.

ஆனால் இப்போது, ஜோசஃப் லேசாகக் கை ஓங்கினாலே மைக்கேல் தைரியமாக அவரை எதிர்த்துப் பேச ஆரம்பித்தான், 'அப்பா, அநாவசியமா என்னை அடிக்காதீங்க, அப்புறம் நான் பாடறதை நிறுத்திடுவேன்.'

அவன் இப்படிச் சொன்னதும், மைக்கேலின் அப்பா வெலவெலத்துப்போனார். காரணம், இப்போது மைக்கேல் அவரைவிட அதிகமாகச் சம்பாதிக்கிறான். அவன் பாடுவதை நிறுத்திவிட்டால், ஒட்டுமொத்த 'ஜாக்ஸன் ஃபைவ்' இசைக்குழுவும் அப்படியே கரைந்துபோகவேண்டியதுதான்.

இதனால், கொஞ்சம் கொஞ்சமாக ஜோசஃப் ஜாக்ஸன் தன் மகன்களை அடிப்பதைக் குறைத்துக்கொண்டார். மைக்கேல் முதன்முறையாகத் தன்னுடைய தந்தையின் துணை இல்லாமல் உலகத்தைப் புரிந்துகொள்ள ஆரம்பித்தான்.

ஒருபக்கம் ஜாக்ஸன் குடும்பத்தில் இந்த மன மாற்றங்களெல்லாம் நிகழ்ந்துகொண்டிருந்தபோது, இன்னொருபக்கம் மோடௌன் நிறுவனம் அவர்களை வைத்து செமையாகப் பணம் பண்ணிக்கொண்டிருந்தது. ஜாக்ஸன் சகோதரர்களின் படம் போட்ட சட்டை, பனியன், தொப்பி, கீ செயின், புகைப்படங்கள், புத்தகங்கள் என்று அவர்கள் எதை வெளியிட்டாலும், ரசிகர்கள் உடனடியாக அள்ளிக்கொண்டார்கள்.

இந்த நேரத்தில், மைக்கேலின் எதிர்காலத் திட்டங்களைப்பற்றிய பல கேள்விகள், சந்தேகங்கள், வதந்திகள் உலா வர ஆரம்பித்தன. அவற்றில் முக்கியமானது, 'இன்னும் எத்தனை நாளைக்குத்தான் மைக்கேல் தன் அண்ணன்களோடு சேர்ந்து பாடிக்கொண்டிருக்கமுடியும்? அவர் மற்றவர்களைவிடப் பெரிய திறமைசாலி என்பது எல்லோருக்கும் தெரியும், ஆகவே, மைக்கேல் ஜாக்ஸன் எப்போது தன் குடும்ப வலையிலிருந்து வெளியே வரப்போகிறார்?'

அப்போது மைக்கேல் ஜாக்ஸனுக்கு வயது, வெறும் பன்னிரண்டுதான். ஆனால் இப்போதே, அவரால் தனிப் பாடகராகப் புகழ் பெறமுடியும் என்கிற பேச்சு பரவலாகக் கேட்க ஆரம்பித்திருந்தது.

மைக்கேல் ஜாக்ஸனுக்கும் ஆசைதான். ஆனால், தான் தனியாகச் சென்றுவிட்டால் சகோதரர்களின் இசைக்குழு என்ன ஆகுமோ என்று யோசித்துத் தயங்கினார்.

ஒருநாள், மைக்கேலின் அம்மாவிடம் ஒரு நிருபர் கேட்டார், 'உங்கள் மகன் மைக்கேல் ஜாக்ஸன் தனியே பாடி ஓர் இசைத்தட்டு வெளியிடுவாரா?'

'இப்போதைக்கு இல்லை' என்றார் காதரின்.

'ஏன் அப்படிச் சொல்கிறீர்கள்? அவரால் தனித்து ஜெயிக்கமுடியாது என்று நினைக்கிறீர்களா?'

'அப்படியில்லை' என்றார் காதரின் ஜாக்ஸன், 'ஆனால், என்னுடைய மகன்கள் தனித்தனியே பிரிந்து செல்வதில் எனக்கு விருப்பம் இல்லை, அவர்கள் ஒருவருக்கு ஒருவர் உதவி செய்துகொண்டு ஒரே குழுவாக இணைந்து செயல்பட்டு ஜெயிப்பதில்தான் எனக்குப் பெருமை'

அம்மாவின் எண்ணம் மைக்கேலுக்கும் நன்றாகப் புரிந்திருந்தது. ஆகவே, தன்னுடைய சகோதரர்களின் இசைக்குழுவிலிருந்து விலகிப்போகவேண்டும் என்று அவர் யோசிக்கவே இல்லை.

ஆனால் அதற்காக, அவர் தனித்துப் பாடக்கூடாது என்று கட்டாயமா என்ன?

6. தனிக்காட்டு ராஜா

1971ம் ஆண்டு, மைக்கேல் ஜாக்ஸனின் முதல் தனிப்பாடல் வெளியானது. அதன் பெயர், 'Got To Be There'.

அதுவரை கூட்டத்தோடு கூட்டமாக மைக்கேலின் குரலைக் கேட்டபோதே வெகுவாகக் கவரப்பட்டிருந்த ரசிகர்கள், இப்போது அவருடைய தனிக்குரலின் வசீகரத்தில் சொக்கிப்போனார்கள். அமெரிக்க 'டாப் 10' விற்பனைப் பட்டியல்கள் அனைத்திலும் மைக்கேல் ஜாக்ஸனின் அந்த அறிமுகப் பாடல் இடம் பிடித்தது.

உடனடியாக, அதே பெயரில் ஒரு முழு இசைத்தொகுப்பைப் பாடி வெளியிட்டார் மைக்கேல் ஜாக்ஸன். இதுவும் பிரமாதமான வரவேற்பைப் பெற்றது.

கிட்டத்தட்ட இதே நேரத்தில், மைக்கேலுக்கு ஒரு திரைப்படத்தில் நடிக்கும் வாய்ப்புக் கிடைத்தது. அதையும் நன்றாகப் பயன்படுத்திக்கொண்டு பெயர் வாங்கினார்.

அதோடு, பதினைந்து வயது மைக்கேல் ஜாக்ஸனின் குழந்தைப் பருவம் ஒட்டுமொத்தமாக இழுத்து மூடப்பட்டது. ரசிகர்களின்

தொந்தரவிலிருந்து தப்புவதற்காக, மைக்கேல் ஜாக்ஸன் வீட்டுக்குள் ஒளிந்து வாழ்வது கட்டாயமாகிவிட்டது.

இனிமேல், மைக்கேல் ஜாக்ஸன் சாதாரணப் பையன் இல்லை. அவர் ஒரு ஸ்டார், மற்ற பையன்களைப்போல் விளையாடுவது, பள்ளிக்குப் போவது, அம்மா, அப்பா, அண்ணன், தங்கையுடன் ஜாலியாகத் தெருவில் நடந்து போவதெல்லாம் சாத்தியமே இல்லை.

அந்த வருத்தங்களை மறப்பதற்காக, மைக்கேல் ஜாக்ஸன் தனது இசைத் தட்டுகள், மேடை நிகழ்ச்சிகளில் தீவிர கவனம் செலுத்த ஆரம்பித்தார். வரிசையாக அவருடைய பாடல்கள் அமெரிக்காமுழுவதும் பிரபலமாகிக்கொண்டிருந்தன.

இதனால், அமெரிக்காவில் மைக்கேல் ஜாக்ஸனுக்கென்று ஒரு வெறித்தனமான ரசிகர் கூட்டம் சேரத் தொடங்கியது. இவர்களில் நூற்றுக்குத் தொண்ணூற்றொன்பது பேர் இளைஞர்கள், முக்கியமாகப் பெண்கள்.

மைக்கேல் ஜாக்ஸன் எந்த ஊரில் தங்கினாலும் சரி, அங்கே இருக்கும் பெண் ரசிகைகளுக்கு எப்படியோ விஷயம் தெரிந்துவிடும். அவர் தங்கியிருக்கிற அறையைக் கண்டுபிடித்து உள்ளே புகுந்துவிடுவார்கள், மேலே பாய்ந்து விழுந்து ஆட்டோகிராஃப் கேட்பார்கள், அவனைத் தொட்டுப் பார்த்துப் பரவசப்படுவார்கள், எதிர்பார்க்காத இடங்களில் முத்தம் தருவார்கள்.

இதெல்லாம் மைக்கேல் ஜாக்ஸனுக்குக் கொஞ்சம்கூடப் பிடிக்கவில்லை. சின்ன வயதில் அம்மா சொல்லித்தந்த ஒழுக்க விதிமுறைகளை அவரால் இன்னும் மறக்கமுடியவில்லை. ஆகவே தன்மீது விழுந்து பிராண்டும் பெண்களை வலுக்கட்டாயமாகப் பிடித்துத் தள்ளினார், 'என்னைத் தொடாதீர்கள்' என்று கத்தினார்.

ஒரு டீன் ஏஜ் பையன், இப்படிப் பெண்கள்மீது சுத்தமாக ஆர்வமே இல்லாததுபோல் நடந்துகொண்டால், பத்திரிகைகள்

சும்மா இருக்குமா? மைக்கேல் ஜாக்ஸன் ஓரினச் சேர்க்கைப் பழக்கம் கொண்டவர் என்று ஒரு சர்ச்சை எழுந்தது.

ஜாக்ஸன் குடும்பம் பதறிப்போனது, 'மைக்கேல் எல்லோரையும்போல் நார்மலான ஒரு பையன்தான், தயவுசெய்து அவனைப்பற்றிக் கண்டபடி எழுதாதீர்கள்' என்று கேட்டுக்கொண்டார்கள்.

அப்போதும், மீடியாவில் மைக்கேல்பற்றிய பரபரப்பு குறையவே இல்லை. ஒவ்வொரு நாளும் அவரைப்பற்றி என்னென்னவோ தகவல்கள் வெளியாகிக்கொண்டிருந்தன. அவர் எந்தமாதிரியான சட்டைகள் அணிகிறார் என்பதில் தொடங்கி, தினமும் எத்தனை தம்ளர் தண்ணீர் குடிக்கிறார் என்பதுவரை சகலமும் செய்தியானது.

மைக்கேல் ரசிகர்களுக்கு இதெல்லாம் போதவில்லை. தங்களுடைய மனம் கவர்ந்த டீன் ஏஜ் புயலைப்பற்றி இன்னும் இன்னும் தெரிந்துகொள்ளவேண்டும் என்று அவர்கள் தவித்தார்கள், இதனால் பத்திரிகைக்காரர்கள் எந்நேரமும் மைக்கேல் ஜாக்ஸனை மொய்க்க ஆரம்பித்தார்கள். இதனால், மைக்கேலுக்குக் கடுமையான மன அழுத்தம் ஏற்பட்டது.

ஒருபக்கம் மைக்கேல் ஜாக்ஸன் பிரமாதமான பாடகராக உருவாகிக்கொண்டிருந்தார். ஆனால் மேடைக்கு வெளியே, அவர் ஒரு குழப்பமான இளைஞராகத் தென்பட்டார்.

ரொம்பச் சின்ன வயதிலேயே மேடை ஏறி, வாரத்துக்கு ஏழு நாள், ரிகர்ஸல், நிகழ்ச்சிகள், பயணங்கள் என்று தினமும் இருபது மணி நேரத்துக்குக் குறையாமல் உழைத்துக்கொண்டிருந்த மைக்கேல் ஜாக்ஸன், கிட்டத்தட்ட ஒரு ஹை க்ளாஸ் குழந்தைத் தொழிலாளிதான். இசையைத்தவிர அவருக்கு வேறு எதுவும் தெரியாது. அரசியல், வரலாறு, புவியியல் அனைத்திலும் அவர் பூஜ்ஜியம்தான்.

ரசிகர்கள் அதைப்பற்றிக் கவலைப்படவில்லை. அந்தக் குரல் அவர்களை என்னவோ செய்தது, அதற்காக எத்தனை டாலரும் அவர்கள் கொட்டிக்கொடுக்கத் தயாராக இருந்தார்கள்.

மைக்கேல் ஜாக்ஸன் இன்னும் தனது சகோதரர்களுடன் இணைந்து இசை நிகழ்ச்சிகள் நடத்திக்கொண்டுதான் இருந்தார். ஆனால் மற்ற எல்லோரையும்விட, அவர்தான் தனித்துப் பெரிய அளவில் வரப்போகிறார் என்பது அப்போதே அனைவருக்கும் புரிந்துவிட்டது.

அதுவரை பாட்டுப் பாடுவது, நடனம் ஆடுவதில்மட்டும் கவனம் செலுத்திக்கொண்டிருந்த மைக்கேல் ஜாக்ஸன், இப்போது ஒட்டுமொத்தப் பாடலையும் உருவாக்குகிற பணிகளில் கவனம் செலுத்த ஆரம்பித்தார். ஒரு ட்யூன் எப்படிப்பட்ட உணர்வுகளைக் கொண்டுவரவேண்டும், எந்த வரியை எப்படிப் பாடவேண்டும், என்னமாதிரியான ஒலிகளை அதனுடன் சேர்த்தால் மக்கள் மயங்கிப்போவார்கள் என்கிற சூட்சுமம் அவருக்குப் புரிய ஆரம்பித்தது.

அதன்பிறகு, ஜாக்ஸன் சகோதரர்கள் வெளியிட்ட எல்லா இசைத்தட்டுகளிலும் மைக்கேல் ஜாக்ஸனின் பங்களிப்பு ஒரு பங்கு அதிகமாகவே இருந்தது. பாடல் வரிகளை உணர்ந்து பாடுவது, ஒவ்வொரு வார்த்தைக்கும் உரிய அழுத்தத்தைத் தருவது, தானே பாடல் எழுதுவது என்று படிப்படியாக முன்னேறிக்கொண்டிருந்தார் அவர்.

1979ம் ஆண்டு, *'Off The Wall'* என்ற பெயரில் ஒரு தனி இசைத்தொகுப்பை வெளியிட்டார் மைக்கேல் ஜாக்ஸன். அவருடைய முந்தைய இசைத்தொகுதியுடன் ஒப்பிடுகையில் இதில் நல்ல முதிர்ச்சி தெரிந்தது, துல்லியமான ஒலியுடன் இளமை துள்ளிய அந்த ஆல்பத்தை அமெரிக்க இளைஞர்கள் ஆர்வத்தோடு அள்ளிக்கொண்டார்கள், மைக்கேல் ஜாக்ஸனுக்குச் சிறந்த பாடகருக்கான கிராமி விருதும் கிடைத்தது.

இதனால், ஏற்கெனவே பெரிய ஸ்டாராக இருந்த மைக்கேல் ஜாக்ஸன், இப்போது சூப்பர் ஸ்டாராகிவிட்டார். முன்பைவிடப் பலமடங்கு அதிக ரசிகர்கள் இப்போது அவரை மொய்க்க ஆரம்பித்தார்கள்.

அதன்பிறகும், கொஞ்சகாலம் மைக்கேல் ஜாக்ஸன் தன் சகோதரர்களுடன் இசை நிகழ்ச்சிகள் நடத்திக்கொண்டிருந்தார். ஆனால் இனிமேல் அவருடைய தனிக்காட்டு ராஜ்ஜியத்தைத்தான் மக்கள் அதிகம் எதிர்பார்த்தார்கள்.

'Off The Wall' ஆல்பம் பெரிய ஹிட்தான். ஆனால் ஏனோ, மைக்கேல் ஜாக்ஸனுக்கு அது முழுத் திருப்தி அளிக்கவில்லை. இன்னும் அதிக மக்களிடம் சென்று சேரக்கூடிய ஓர் இசைத்தொகுப்பைத் தன்னால் தரமுடியும் என்று நம்பினார். அதற்காகத் திட்டமிட்டு உழைக்க ஆரம்பித்தார்.

அப்படிப் பார்த்துப் பார்த்து இழைத்த ஆல்பம்தான், *'Thriller'*. 1982ல் வெளியான இந்த இசைத்தொகுப்பு, மைக்கேல் ஜாக்ஸனை ஒரு மிகப் பெரிய சர்வதேச நட்சத்திரமாக மாற்றியது.

அதுவரை, மைக்கேல் ஜாக்ஸன் என்றில்லை, எந்த ஒரு பெரிய பாடகர், இசைக்குழுவின் ஆல்பமும் ஆயிரக்கணக்கில் விற்பதுதான் வழக்கம். ஆனால் இந்த 'த்ரில்லர்' இசைத்தொகுப்பு, எடுத்த எடுப்பில் லட்சங்களைத் தொட்டது. ஒருகட்டத்தில், அந்த ஆல்பம் வாரம் ஒரு மில்லியன் பிரதிகளுக்குமேல் விற்பதாகப் புள்ளிவிவரங்கள் அறிவித்தன.

இந்த வெற்றி, ஏதோ குருட்டு அதிர்ஷ்டத்தால் கிடைத்தது இல்லை. 'த்ரில்லர்' ஆல்பத்தின் ஒவ்வொரு பாடலிலும் கேட்கிற ஒவ்வோர் இசைத்துணுக்கையும் மிகக் கவனமாக யோசித்து உருவாக்கியிருந்தார் மைக்கேல் ஜாக்ஸன். அவருடைய இத்தனை வருட மேடை அனுபவத்தின் சாரம் அந்த இசைத்தொகுப்பில் உச்சம் தொட்டிருந்தது.

அதுமட்டுமில்லை, 'த்ரில்லர்' ஆல்பத்தைப் பிரபலப்படுத்துவதற்காக, அதன் டைட்டில் பாடலுக்கு அட்டகாசமான ஒரு வீடியோ எடுத்து வெளியிட்டார் மைக்கேல் ஜாக்ஸன். இதற்காகத் தன்னுடைய சொந்தப் பணத்தைச் செலவழிக்கவும் அவர் தயங்கவில்லை.

அமெரிக்காவில் இசை ஆல்பங்களுக்கு வீடியோ தயாரிப்பது சகஜம்தான். ஆனால் அந்த வீடியோக்களிலெல்லாம் நம் ஊர் தூர்தர்ஷன் சேர்ந்திசை நிகழ்ச்சிகளைப்போலப் பாடகரையும் மைக்கையும்தான் திரும்பத் திரும்பக் காட்டிக்கொண்டிருப்பார்கள்.

இந்த வழக்கத்தை அதிரடியாக மாற்றியவர் மைக்கேல் ஜாக்ஸன்தான். சுவாரஸ்யமான கதை, கலக்கல் பின்னணிகள், ஜாலியான நடனம், வித்தியாசமான உத்திகள் என்று ஹாலிவுட் தரத்தில் ஒரு குறும்படமே எடுத்து முடித்துவிட்டார் அவர். சில நிமிடங்களுக்குள் 'த்ரில்லர்' வீடியோ எல்லோருடைய இதயத்தையும் கவர்ந்துவிட்டது.

ஜாக்ஸனின் இந்த வீடியோ உத்தியை அதன்பிறகு எல்லோருமே பயன்படுத்த ஆரம்பித்தார்கள். ஆனால் அதன்மூலம் 'த்ரில்லர்' பெற்ற வெற்றியை யாரும் எட்டிப்பிடிக்கமுடியாது.

'த்ரில்லர்' வெளியான சில வாரங்களுக்குள், அமெரிக்கர்கள் ஏதோ வீட்டுக்கு உப்பு, புளி, அரிசி வாங்குவதுபோல் இந்த இசைத்தொகுப்பையும் ஒன்று, இரண்டு, பத்து எனப் பெரும் எண்ணிக்கைகளில் வாங்கிக் குவிக்க ஆரம்பித்தார்கள். பிறந்த நாள், கல்யாண நாள், காதுகுத்து, ஆஃபீசில் பிரமோஷன் என்று எந்த விசேஷமானாலும் வருகிற பரிசுகளில் ஏழெட்டு 'த்ரில்லர்'களாவது இருக்கும்.

அமெரிக்காமட்டுமில்லை, இன்றுவரை, உலகிலேயே மிக அதிகம் விற்பனையான இசைத் தொகுப்பு 'த்ரில்லர்'தான். அதன்பிறகு மைக்கேல் ஜாக்ஸனால்கூட அந்தச் சாதனையை முறியடிக்கமுடியவில்லை.

'த்ரில்லர்' ஆல்பத்துக்காக, வழக்கத்தைவிட அதிகச் சதவிகிதம் ராயல்டி பெற்றார் மைக்கேல் ஜாக்ஸன். இதுதவிர, விளம்பரங்கள், இசை நிகழ்ச்சிகள், 'த்ரில்லர்' டிஷர்ட்கள், தொப்பிகள், கீசெயின்கள் என்று பலவிதமாக அவருடைய பேங்க் அக்கவுன்ட்டில் பணம் குவிந்தது. அந்தக் காலகட்டத்தில்

உலகிலேயே மிக அதிகம் சம்பாதிக்கும் இசைக் கலைஞர் என்கிற பெருமையும் அவருக்குக் கிடைத்தது.

இந்தக் கமர்ஷியல் வெற்றிகள் ஒருபக்கமிருக்க, இன்னொருபக்கம் இசை நிபுணர்கள், விமர்சகர்களும் ஜாக்ஸனைக் கொண்டாடிக்கொண்டிருந்தார்கள். அவருடைய 'த்ரில்லர்' ஆல்பம் ஏழு கிராமி விருதுகளை வென்று சாதனை படைத்தது.

இப்படி எல்லாவிதங்களிலும் 'த்ரில்லர்' மூலம் சிகரம் தொட்ட மைக்கேல் ஜாக்ஸனுக்கு, பத்திரிகைகள், ரசிகர்கள் ஒரு புதிய பட்டத்தை வழங்கி கௌரவித்தார்கள்: பாப் மஹாராஜா - *King Of Pop!*

இந்த ராஜாப்பட்டத்தால் மைக்கேல் ஜாக்ஸன் பெற்றதும் அதிகம், இழந்தது அதைவிட அதிகம்!

7. செலவு பத்தனா

'பாப் மஹாராஜா' என்கிற பட்டத்துக்கு, மைக்கேல் ஜாக்ஸன் மிகவும் தகுதியானவர்தான். அதில் சந்தேகம் இல்லை.

ஆனால், இதுபோன்ற பட்டங்களெல்லாம் ஒருவர்மீது ரசிகர்கள் வைத்திருக்கிற அன்பினால் தரப்படுபவை. அவர்களுடைய ஆளுமையை, திறமையை, மேடை ஆதிக்கத்தைப் புகழ்வதற்காகச் சொல்லப்படும் இந்தப் பாராட்டு வார்த்தைகளுக்கு அப்படியே அர்த்தம் எடுத்துக்கொள்ளக்கூடாது.

இந்த வித்தியாசம், மைக்கேல் ஜாக்ஸனுக்குப் புரியவில்லை. பத்திரிகைகளும், ரசிகர்களும் அவரை 'கிங் ஆஃப் பாப்' என்று அழைக்கத் தொடங்கியதுமுதல், அவருடைய நடை, உடை, பாவனை, பழக்கவழக்கங்கள் எல்லாமே மாறிவிட்டன. நிஜமாகவே தன்னை ஒரு மஹாராஜாவாகக் கருதிக்கொள்ள ஆரம்பித்துவிட்டார் அவர்.

உதாரணமாக, 'த்ரில்லர்' வெற்றிக்குப் பிறகான காலகட்டத்தில் வெளிவந்த அவருடைய இசை வீடியோக்களைப் பாருங்கள், அல்லது அவர் கலந்துகொண்ட நிகழ்ச்சிகளின்

புகைப்படங்களைப் பாருங்கள், தொலைக்காட்சிப் பேட்டிகளைப் பாருங்கள், தொப்பி, கையுறையில் தொடங்கி, சட்டை, பேன்ட், காலணிவரை சகலத்திலும் வைரம் பதித்தாற்போன்ற ஒரு மினுமினுப்பு வழிந்துகொண்டிருக்கும்.

ஏதோ ஆசைக்கு ஜிகினா அலங்காரங்களைத் தேர்ந்தெடுத்து அணிவதோடு அவர் நிறுத்திக்கொள்ளவில்லை. தன்னுடைய இசை வீடியோக்கள், மேடை நிகழ்ச்சிகள், சுற்றுப்பயணங்கள், விளம்பரங்கள், தொலைக்காட்சித் தோன்றல்கள் என எல்லாவற்றுக்கும் பிரம்மாண்டமான பின்னணி இருக்கவேண்டும் என்று வற்புறுத்தினார் ஜாக்ஸன். அதற்காகக் கணக்குப் பார்க்காமல் அள்ளி அள்ளிச் செலவழித்தார்.

இந்தப் பிரம்மாண்டங்களாலும், இயல்பாகவே மைக்கேல் ஜாக்ஸனுக்கு இருந்த மேடை ஆளுமையினாலும் ரசிகர்கள் அவரை இன்னும் நேசிக்க ஆரம்பித்தார்கள். அவருடைய இசை ஆல்பம்கள், மேடை நிகழ்ச்சிகள் ஒவ்வொன்றும் மிகப் பெரிய வெற்றி அடைந்தன.

ஜாக்ஸனின் மிகப் பெரிய பலம், அவர் மேடையிலோ, தொலைக்காட்சியிலோ தோன்றிப் பாடுகிறபோது, ஒவ்வொரு ரசிகரும் மைக்கேல் ஜாக்ஸன் தங்களுடன்தான் தனிப்பட்டமுறையில் பேசுகிறார் என்பதுபோல் உணர்ந்தார்கள். இதனால், எப்பேர்ப்பட்ட சிடுமூஞ்சியையும், சில நிமிடங்களுக்குள் தன்னுடைய ரசிகராக மாற்றிக்கொண்டுவிட மைக்கேல் ஜாக்ஸனால் முடிந்தது.

மைக்கேல் ஜாக்ஸனின் பிரபலத்தைப் புரிந்துகொண்ட வணிக நிறுவனங்கள் அவர் வீட்டு வாசலில் குவிந்தார்கள், அவர் தங்களுடைய விளம்பரங்களில் தோன்றவேண்டும் என்பதற்காக டாலர்களைக் கொட்டினார்கள்.

இதுதவிர, மைக்கேல் ஜாக்ஸனின் இசைப் பயணங்களும் அவருக்குப் பெரிய அளவில் புதிய ரசிகர்களைத் தேடிக் கொடுத்தன. இந்த நிகழ்ச்சிகளில் பல்வேறு புதுப்புது உத்திகளை

அறிமுகப்படுத்திச் சிறுவர்கள்முதல் பெரியவர்கள்வரை எல்லோரையும் ஈர்த்தார் அவர்.

உதாரணமாக, மைக்கேல் ஜாக்ஸனின் மிகப் பிரபலமான 'மூன் வாக்' நடனத்தைப் பார்த்திருப்பீர்கள். அந்த 'ரிவர்ஸ்' நாட்டியம் இந்தக் காலகட்டத்தில் அறிமுகமானதுதான்.

உண்மையில், மைக்கேல் ஜாக்ஸனுக்கு முன்பே 'மூன் வாக்' நடனம் பிரபலமாக இருந்தது. அமெரிக்காவின் தெருவோரச் சிறுவர்கள்கூட அதை அழகாக ஆடிக் காட்டி அசத்துவதைப் பார்க்கலாம். அந்த நடனத்தை அவர்களிடம் கற்றுக்கொண்டு அதற்கு உலகப் புகழ் பெற்றுத்தந்ததுதான் மைக்கேல் ஜாக்ஸனின் சாமர்த்தியம்.

பாடல், இசை, நடனம்மட்டுமில்லை, தனது நிகழ்ச்சிகளுக்காக மைக்கேல் ஜாக்ஸன் பயன்படுத்திய விளம்பர யோசனைகள், மேடை உத்திகள் எல்லாமே மிகப் பிரபலமானவை. ஏற்கெனவே அவருடைய நிகழ்ச்சிகளைப் பார்த்த ரசிகர்களைக்கூடத் திரும்பத் திரும்ப வரவழைப்பதற்கு ஒவ்வொரு கச்சேரியிலும் ஏதோ ஒரு புது விஷயத்தை வைத்திருந்தார் மைக்கேல் ஜாக்ஸன்.

உதாரணமாக, ஒரு நிகழ்ச்சியில் பைசா நகரச் சாய்ந்த கோபுரம்போல் சரிந்து நின்றபடி ஆடுவார் மைக்கேல் ஜாக்ஸன். இன்னொன்றில் விண்வெளி வீரரைப்போல் உடை அணிந்தபடி காற்றில் மிதந்து செல்வார்.

இதெல்லாம், இன்றைக்குச் சாதாரணமாகத் தோன்றலாம். ஆனால் அப்போது அவர் இவற்றைக் கண்முன்னே நிகழ்த்திக் காண்பித்தபோது, ரசிகர்கள் ஆனந்தத்தில் அலறினார்கள். ஒவ்வொரு இசை நிகழ்ச்சியின்போதும் அவர் காட்டுகிற ஸ்பெஷல் எஃபெக்ட் வித்தைகளுக்கு ஏகப்பட்ட வரவேற்பு இருந்தது.

மைக்கேல் ஜாக்ஸன் ஒரு நிகழ்ச்சிக்குத் தயாராகிறார் என்றாலே, கடவுள் வாழ்த்து தொடங்கி தேசியகீதம்வரை மொத்தமும் அவர் மனத்தில் காட்சியாக உருவாகிவிடும். அதன்பிறகு அதை

அப்படியே நிஜத்தில் நிகழ்த்திக் காட்டுவதற்கான ஏற்பாடுகளில் இறங்கிவிடுவார், செலவைப்பற்றிக் கவலைப்படமாட்டார், தன் பாக்கெட்டிலிருந்து பணம் போடக்கூடத் தயங்கமாட்டார், நிகழ்ச்சியைப் பார்க்கிற ரசிகனுக்கு, மைக்கேல் ஜாக்ஸன்தான் இசை உலகின் மஹாராஜா என்பது புரியவேண்டும். அதற்காக எதையும் செய்யத் தயாராக இருந்தார் மைக்கேல் ஜாக்ஸன்.

மேடைக்கு வெளியிலும், மைக்கேல் ஜாக்ஸனின் 'மஹாராஜா'த்தனம் தெரிய ஆரம்பித்தது. இதற்குப் பிரபலமான உதாரணம், அவர் உருவாக்கிய 'நெவர்லாண்ட்' *(Neverland).*

'டிஸ்னிலாண்ட்'பற்றிக் கேள்விப்பட்டிருப்பீர்கள். தங்களுடைய குழந்தைகளை அங்கே கூட்டிச்செல்வதற்காக வருடம்முழுக்கக் காசு சேர்த்துச் சுற்றுப்பயணம் போகிறவர்கள் உண்டு. இன்றைக்கும் அமெரிக்கா வந்து இறங்குகிற சுற்றுலாப் பயணிகளின் முதல் ஆசை, டிஸ்னிலாண்ட் உல்லாசப் பூங்காவைப் பார்த்துவிடவேண்டும் என்பதுதான்.

சின்ன வயதில், ஒத்திகை, கச்சேரி என்று எந்நேரமும் பிஸியாக இருந்த மைக்கேல் ஜாக்ஸனுக்கு, அப்படி உல்லாசப் பூங்காக்களுக்குச் செல்லும் வாய்ப்புக் கிடைக்கவில்லை. அந்த ஏக்கத்தை, பின்னர் அவர் 'பாப் மஹாராஜா'வாக ஆனபிறகு பணத்தைக் கொட்டித் தீர்த்துக்கொண்டார்.

'டிஸ்னிலாண்ட்'போல, தனக்காகமட்டும் மைக்கேல் ஜாக்ஸன் கட்டிக்கொண்ட தனி உல்லாசப் பூங்காதான் 'நெவர்லாண்ட்'. 2500 ஏக்கர் பரப்புக்குப் பரந்து விரிந்திருக்கும் இந்தப் பூங்காவை உருவாக்குவதற்கு அவருக்குப் பதினேழு மில்லியன் டாலர்கள் செலவு பிடித்தது.

மைக்கேல் ஜாக்ஸனின் தனி ராஜ்ஜியமான நெவர்லாண்டில், அரண்மனைபோல ஒரு வீடு, எந்தத் திசையில் ஜன்னலைத் திறந்தாலும் பசுமை துள்ளும் இயற்கைக் காட்சிகள், ஊஞ்சல் தொடங்கி ரங்கராட்டினம்வரை, நீச்சல் குளம் தொடங்கி ரயில்வரை இன்னும் ஏராளமான பிரம்மாண்ட விளையாட்டுப்

பொம்மைகள், சொந்தமாக ஒரு ஜூ, இத்தனையும் மைக்கேல் ஜாக்ஸன் என்கிற ஒரே ஒரு குழந்தையின் ஏக்கத்தைப் போக்குவதற்காக உருவாக்கப்பட்டது.

செம காஸ்ட்லியான விளையாட்டுப் பொம்மையாகிய இந்த நெவர்லாண்ட் பூங்காவைப் பராமரிப்பதற்குமட்டும், மாதம் ஒரு மில்லியன் டாலர்கள்வரை செலவானது. அதைப்பற்றி மைக்கேல் ஜாக்ஸன் கவலைப்படவே இல்லை.

நெவர்லாண்டினுள் மைக்கேல் ஜாக்ஸன் கட்டியிருந்த பிரம்மாண்டமான வீட்டில், ஏராளமான கலைப்பொருள்கள் நிரம்பியிருந்தன. இதுதவிர, கிரீடம், சிம்மாசனம், அரச உடைகள், கவச குண்டலங்கள் என்று அங்கே ஒரு குட்டி ராஜாங்கமே நடத்திக்கொண்டிருந்தார் மைக்கேல் ஜாக்ஸன்.

அந்தக் கால ராஜாக்கள், தங்களை ஓவியமாகத் தீட்டச்சொல்லி அழகு பார்ப்பார்கள், சிலையாகச் செதுக்கச்சொல்லி ரசிப்பார்கள், இந்தப் பழக்கமும் மைக்கேல் ஜாக்ஸனிடம் உண்டு.

நெவர்லாண்டில் மைக்கேல் ஜாக்ஸனின் எண்ணற்ற ஓவியங்கள் இருந்தன. தன்னுடைய ஆசைகள், நிறைவேறாத கனவுகளையெல்லாம் ஓவியர்களிடம் சொல்லி, அதை அப்படியே வரையச்சொல்லி மாட்டிவைப்பார் மைக்கேல் ஜாக்ஸன்.

இதேபோல், நெவர்லாண்டில் மூன்று மைக்கேல் ஜாக்ஸன் மெழுகுச் சிலைகளும் வைக்கப்பட்டிருந்தன. எங்கு பார்த்தாலும் தன்னுடைய முகமே தெரிந்துகொண்டிருக்கவேண்டும் என்பதில் அவருக்கு அப்படி ஓர் ஆசை.

மனத்தளவில், தன்னை ஒரு நிஜமான மஹாராஜாவாகவே எண்ணத் தொடங்கியிருந்தார் மைக்கேல் ஜாக்ஸன். அதனால்தான், அவருக்கு மகன் பிறந்தபோதுகூட, ‘ப்ரின்ஸ்’ (இளவரசன்) என்றுதான் பெயர் சூட்டத் தோன்றியது.

இப்படி மஹாராஜாவாகவே வாழ்ந்து பழகிவிட்ட ஒருவருக்கு, பைசா சுத்தமாகக் கணக்குப் போட்டுச் செலவு செய்ய மனம் வருமா? நெவர்லாண்டுக்கு வெளியிலும் மைக்கேல் ஜாக்ஸன் கண்டபடி செலவழிக்க ஆரம்பித்தார்.

முக்கியமாக, கலைப் பொருள்களைத் தேடி வாங்குவது என்றால் மைக்கேல் ஜாக்ஸனுக்குக் கொள்ளை ஆசை. அந்தப் பொருள்களைத் தன் வீட்டிலும் நெவர்லாண்டின் மற்ற பகுதிகளிலும் அழகாக அலங்கரித்துவைப்பதை அவர் மிகவும் விரும்பினார்.

ஆனால், பாப் மஹாராஜா மைக்கேல் ஜாக்ஸன் கடைக்குச் சென்று கலைப் பொருள் வாங்கமுடியுமா? ரசிகர்கள் மொய்த்துவிடமாட்டார்களா?

அப்போதும் மைக்கேல் ஜாக்ஸன் அசரவில்லை. யாருக்கும் அடையாளம் தெரியாதபடி வேஷம் போட்டுக்கொண்டு கடைகளுக்குச் செல்வார், மணிக்கணக்காகப் பொருள்களைத் தேடிப் பார்த்து வாங்கிக் குவிப்பார், கடைசியில் பில் தொகை செட்டிலாகும்போதுதான் அவர் மைக்கேல் ஜாக்ஸன் என்று அந்தக் கடைக்காரர்களுக்கே தெரியும்.

கலைப் பொருள்கள் விஷயத்தில்மட்டுமல்ல, வேறு எதை வாங்குவதானாலும் மைக்கேல் ஜாக்ஸனுக்கு விலையைக் கேட்கிற பழக்கமே இல்லை. ‘இதில ஒண்ணு, அதில ரெண்டு’ என்று நடந்தவாக்கில் வாங்கித் தள்ளிக்கொண்டே போவார், இப்படி ஒரே நாளில் ஐந்தாறு மில்லியன் டாலர்கள் செலவு செய்த சம்பவமெல்லாம் உண்டு.

ஷாப்பிங் களேபரம் ஒருபக்கமிருக்க, மைக்கேல் ஜாக்ஸன் எங்காவது பயணம் செய்வதென்றால், பணம் ஜுர வேகத்தில் காலியாக ஆரம்பித்துவிடும். தனி விமானத்தில் சில உதவியாளர்களோடு பயணம் செய்வார், இருப்பதிலேயே பெரிய ஹோட்டலாகப் பார்த்து, அதில் மிகச் சிறந்த அறையில்தான் தங்குவார், அவர் தங்குகிற மாடியில் இருக்கும் எல்லா

அறைகளையும் அவருடைய உதவியாளர்கள், பாதுகாப்பாளர்கள் ஆக்கிரமித்துக்கொண்டுவிடுவார்கள்.

சாதாரணப் பயணத்துக்கே இப்படிக் காசை வாரி இறைக்கிற மைக்கேல் ஜாக்ஸன், தன்னுடைய பாடல்களைப் பதிவு செய்வதற்கும், வீடியோப் படங்களை உருவாக்குவதற்கும் எப்படிச் செலவு செய்வார் என்று யோசித்துப் பாருங்கள். மற்ற இசைக் கலைஞர்கள் பத்து ரூபாயில் உருவாக்குகிற ஆல்பத்தைச் செய்வதற்கு, மைக்கேல் ஜாக்ஸனுக்குமட்டும் ஆயிரம் ரூபாயாவது செலவாகும்.

பின்னே, மஹாராஜா என்றால் சும்மாவா? அந்த பிரம்மாண்டம், பர்ஃபெக்ஷன் வரவேண்டாமா?

அது சரி, அந்தக் கால மஹாராஜாக்கள் தானம், தர்மம் என்று அள்ளித்தருவார்களாமே, அந்த விஷயத்தில் மைக்கேல் ஜாக்ஸன் எப்படி?

சமூக சேவைகளுக்காக வாரி வழங்குவதில் மைக்கேல் ஜாக்ஸனுக்கு இணையாக யாரையும் சொல்லமுடியாது. அவர் புகழின் உச்சியில் இருந்த காலகட்டத்தில், உலகிலேயே சேவைப் பணிகளுக்காக மிக அதிகத் தொகையை நன்கொடையாகக் கொடுத்தவர் அவர்தான்.

காசு, பணம்தவிர, பல உயர்ந்த நோக்கங்களுக்காகப் பாடல்கள் எழுதி, பாடி வெளியிடுவது, இசை நிகழ்ச்சிகள் நடத்துவது எனப் பலவிதங்களில் மைக்கேல் ஜாக்ஸன் தன்னை ஈடுபடுத்திக்கொண்டிருக்கிறார்.

உதாரணமாக, மைக்கேல் ஜாக்ஸனின் ' *We Are The World'* என்ற பாடல், ஆப்ரிக்காவில் பஞ்சத்தால் அவதிப்படும் மக்களுடைய நலனுக்காகப் பல மில்லியன் டாலர்கள் திரட்டித்தந்தது. இதேபோல், அல் காய்தா இயக்கத்தின் 9/11 தாக்குதலால் ஏராளமான அமெரிக்கர்கள் உயிரிழந்தபோது, அவர்களுடைய குடும்பத்தினருக்காக *'United We Stand'* என்கிற நிகழ்ச்சியை ஏற்பாடு செய்து நடத்தினார் மைக்கேல் ஜாக்ஸன்.

இப்படி முப்பதுக்கும் மேற்பட்ட சமூக சேவை நிறுவனங்களுக்காக மைக்கேல் ஜாக்ஸன் தனது நன்கொடைகளை வாரி வழங்கியிருக்கிறார். இதற்காக அவருடைய பெயர் கின்னஸ் புத்தகத்திலும் இடம் பெற்றிருக்கிறது.

ஆனால், தன்னுடைய நன்கொடைகளுக்காக மைக்கேல் ஜாக்ஸன் வாங்கிய நல்ல பெயரைவிட, அதீத செலவுகளுக்காகப் பத்திரிகைகளால் விமர்சிக்கப்பட்டதுதான் அதிகம். அவருடைய ஆடம்பர உலகமான நெவர்லாண்ட்பற்றியும், ஷாப்பிங் கலாட்டாக்களைப்பற்றியும் மிகைப்படுத்தப்பட்ட தகவல்கள் தொடர்ந்து வெளியாகிக்கொண்டிருந்தன.

அப்போது, மைக்கேல் ஜாக்ஸன் ரசிகர்கள் மனத்தில் தோன்றிய ஒரே கேள்வி: என்னதான் இவர் பெரிய பணக்காரராக இருந்தாலும், இன்னும் எத்தனை நாளைக்குத்தான் இப்படி இஷ்டப்படி செலவுசெய்துகொண்டிருக்கமுடியும்? இதனால் என்றைக்காவது ஒருநாள் இவருடைய பணமெல்லாம் தீர்ந்து நடுத்தெருவுக்கு வந்துவிட்டால் என்ன ஆகும்?

அன்றைய சூழ்நிலையில், மைக்கேல் ஜாக்ஸனின் பழைய இசைத்தட்டுகளுக்கான ராயல்டி தொகையே ஏராளமாகக் குவிந்துகொண்டிருந்தது. ஆகவே, அவர் பணத்தைக் கிழித்து ராக்கெட் விட்டால்கூட, மூன்று தலைமுறைக்குத் தாங்கும் என்றுதான் எல்லோரும் நம்பினார்கள்.

அவர்களுக்குத் தெரியாத விஷயம், மைக்கேல் ஜாக்ஸன் எத்தனை வேகமாகச் சம்பாதிக்கிறாரோ, அதைவிட அதிவேகமாகச் செலவு செய்கிற திறமை(?) அவருக்கு உண்டு. மிகச் சீக்கிரத்தில், அவருடைய செல்வமெல்லாம் கரைந்துபோய், கடன் சேரப்போகிறது.

அதற்குமுன்னால், ஜாக்ஸன் இன்னும் பல சர்ச்சைகளைச் சந்திக்கவேண்டியிருந்தது. அவை ஒவ்வொன்றும், மஹாராஜாவுக்கும் அடிசறுக்கும் என்பதை அழுத்தம் திருத்தமாக நிரூபித்தன.

8. சர்ச்சை நாயகன்

1979ம் ஆண்டு. மைக்கேல் ஜாக்ஸனின் 'Off The Wall' ஆல்பம் வெளியாகிப் பிரபலமாகியிருந்த நேரம்.

வழக்கம்போல், மைக்கேல் ஒரு புதிய நிகழ்ச்சிக்கான ஒத்திகையில் பிஸியாக இருந்தார். இந்தமுறை சிக்கலான ஒரு நடனத்தை முயற்சி செய்துகொண்டிருந்தார் அவர்.

இந்த நடனத்தின்போது, திடீரென்று தடுமாறிக் கீழே விழுந்தார் மைக்கேல் ஜாக்ஸன். அவருடைய மூக்கில் பலமான காயம் பட்டுவிட்டது. மருத்துவமனைக்கு எடுத்துச் சென்றபோது, உடனடியாக ஆபரேஷன் செய்யவேண்டும் என்று சொல்லிவிட்டார்கள்.

ஆனால், அந்த அறுவைச் சிகிச்சையின்போது ஏதோ பெரிய பிரச்னை, சிகிச்சை முடிந்து பல நாள்களாகியும் மைக்கேல் ஜாக்ஸனால் ஒழுங்காக மூச்சுவிடமுடியவில்லை, அவருடைய குரலும் பாதிக்கப்பட்டுவிட்டது.

'இதை உடனடியாகக் கவனிக்கவேண்டும்' என்றார் மைக்கேல் ஜாக்ஸன். இல்லாவிட்டால் தன்னுடைய இசை வாழ்க்கையே முடிவுக்கு வந்துவிடும் என்பது அவருக்குப் புரிந்திருந்தது.

அப்போதுதான், மைக்கேல் ஜாக்ஸன் டாக்டர் ஸ்டீஃபன் ஹோஃபினைச் சந்தித்தார். அவர் மூக்கில் மீண்டும் ஓர் அறுவைச்சிகிச்சை செய்யப்பட்டது.

இந்தமுறை, மைக்கேல் ஜாக்ஸனுக்குப் பரம திருப்தி. இந்த டாக்டரிடமே தன்னுடைய வருங்கால சிகிச்சைகளையும் வைத்துக்கொள்ளவேண்டும் என்று தீர்மானித்தார்.

வருங்கால சிகிச்சையா? அது என்ன?

இங்கேதான், மைக்கேல் ஜாக்ஸன் சந்தித்த மிகப் பெரிய சர்ச்சை ஒன்று தொடங்கியது. மருத்துவ சிகிச்சையின்மூலம் தனது உடைந்த மூக்கைச் சரி செய்துகொண்ட மைக்கேல் ஜாக்ஸன், அதேபோல் தன்னுடைய முகத்தையும் மாற்றி அமைக்கமுடியும் என்று நம்பத் தொடங்கினார்.

ஆனால், மைக்கேல் ஜாக்ஸன் முகத்துக்கு என்ன குறைச்சல்? அவர் ஏன் தன்னுடைய முகத்தை மாற்றி அமைத்துக்கொள்ளவேண்டும்?

சின்ன வயதில் மைக்கேல் என்னதான் பிரமாதமாகப் பாடினாலும், அவருடைய நண்பர்கள் அவரைப் 'பெரிய மூக்கு' என்று கிண்டல் அடிப்பார்கள். அப்போதிலிருந்தே அவருக்குத் தன்னுடைய உருவத்தைப்பற்றிய ஒரு தாழ்வு மனப்பான்மை இருந்துகொண்டிருந்தது.

பின்னாள்களில், மைக்கேல் ஜாக்ஸனிடம் போதும் போதும் என்கிற அளவு பணம் சேர்ந்தபிறகு, அவர் தன்னுடைய முக லட்சணத்தை மாற்றி அமைத்துக்கொள்ளத் தீர்மானித்துவிட்டார். அதற்காக எத்தனை பெரிய டாக்டர்கள், எவ்வளவு காஸ்ட்லியான பிளாஸ்டிக் சர்ஜரிக்கும் செலவழிக்க அவர் தயாராக இருந்தார்.

இந்த பிளாஸ்டிக் சர்ஜரிகளின்மூலம் மைக்கேல் ஜாக்ஸனின் முகம் முற்றிலும் வேறுவிதமாக மாறியதென்னவோ உண்மை. ஆனால் இப்போது அந்த முகம் முன்பைவிட அழகாக

இருந்ததா, அவலட்சணமாகிப்போனதா என்பது அவரவர் ரசனையைப் பொறுத்தது.

மைக்கேல் ஜாக்ஸனுக்குத் தன்னுடைய புதிய முகம் பிடித்திருந்தது. அத்தோடு தன்னைப் பிடித்திருந்த பழைய பூதங்கள் விலகிப்போய்விட்டதாக அவர் நம்பினார்.

ஆனால், உலகத்துக்கு அவருடைய புதிய முகத்தைப் பார்க்கப் பார்க்கக் குழப்பம்தான் அதிகரித்தது - முகம் மாறுவது சரி, அவருடைய நிறம் மாறியது எப்படி?

மைக்கேல் ஜாக்ஸன் தனது கறுமை நிறத்தை வெறுத்ததாகவும், அதை வெண்மையாக மாற்றிக்கொள்வதற்காக விசேஷச் சிகிச்சைகள் செய்துகொண்டதாகவும் சொல்லப்படுகிறது. தன்னுடைய சுயத்தை மாற்றிக்கொண்டு, தன்னை ஒரு வெள்ளையராகக் காண்பித்துக்கொள்வதற்கான முயற்சிதான் இது என்றும் அவரைக் கடுமையாக விமர்சிக்கிறவர்கள் உண்டு.

ஆனால், மைக்கேல் ஜாக்ஸன் இதனை நேரடியாக மறுத்திருக்கிறார், ‘எனக்கு ஒரு தோல் பிரச்னை இருக்கிறது, அதனால்தான் திடீரென்று என்னுடைய தோல் நிறம் மாறிவிட்டது.’

மைக்கேல் ஜாக்ஸன் இப்படி விளக்கம் கொடுத்தாலும்கூட, அவர் எந்தெந்தப் பிரச்னைகளுக்காக என்னமாதிரியான சிகிச்சைகளை எடுத்துக்கொண்டார் என்கிற ஊகங்கள், வதந்திகள் ஓயவில்லை. இன்றைக்கு அவர் மரணமடைந்துவிட்ட சூழ்நிலையிலும், இதுபற்றிப் புதுசுபுதுசாக ஏதோ பேசிக்கொண்டுதான் இருக்கிறார்கள்.

அடுத்த சர்ச்சை, மைக்கேல் ஜாக்ஸனின் பாலியல் பழக்கங்களைப்பற்றியது.

முதன்முறையாக மைக்கேல் ஜாக்ஸன் ஒரு சின்னப் பொடியனாகப் பிரபலமடையத் தொடங்கியபோதே, அவருக்குப் பெண்கள்மீது ஆர்வம் இல்லை, ஓரினப் பாலுறவு நாட்டம்

கொண்டவர் என்றெல்லாம் வதந்திகள் வெளியாகியிருந்ததைப் பார்த்தோம்.

அப்போது ஜாக்ஸன் குடும்பம் அவசரமாக அந்தக் குற்றச்சாட்டுகளை மறுத்தது. மீடியா வெளிச்சத்துக்குப் பயந்தோ என்னவோ, மைக்கேல் ஜாக்ஸன் சில பெண்களுடன் வெளியே தென்பட ஆரம்பித்தார். அவர் காதல் வயப்பட்டிருக்கிறார் என்கிற செய்தி(?)களும் அவ்வப்போது வெளியாகத் தொடங்கின.

இப்படிப் பல்வேறு சந்தர்ப்பங்களில் மைக்கேல் ஜாக்ஸனுடன் சேர்த்துக் கிசுகிசுக்கப்பட்ட பெண்களில் சிலர்: டாடும் ஓ'நெல், டடியானா தம்ப்ஷென் மற்றும் ப்ரூக் ஷீல்ட்ஸ்.

ஆனால், மைக்கேல் ஜாக்ஸன் இவர்களில் யாரையும் திருமணம் செய்துகொள்ளவில்லை. ஒவ்வொருமுறையும் ஏதோ காரணம் சொல்லித் தன்னுடைய காதலில்(?) இருந்து விலகி வந்துகொண்டிருந்தார் அவர்.

தொண்ணூறுகளின் தொடக்கத்தில், மைக்கேல் ஜாக்ஸனின் வயது முப்பத்தைந்தைத் தாண்டியபிறகும்கூட, அவருடைய திருமணம்பற்றி எந்தத் தகவலும் இல்லை. இதற்கு என்ன காரணம் என்று எல்லோரும் யோசித்துக்கொண்டிருந்தபோது, அந்த குண்டு வெடித்தது.

பிரச்னைக்கு ஆரம்பம், மைக்கேல் ஜாக்ஸனின் சிநேகிதன், பதின்மூன்று வயது ஜோர்டன் சாண்ட்லர்.

கொஞ்சம் பொறுங்கள், முப்பத்துச் சொச்ச வயது மைக்கேல் ஜாக்ஸனுக்குப் பதின்மூன்று வயதில் சிநேகிதனா, அது எப்படி?

விவகாரமே அதுதான். மைக்கேல் ஜாக்ஸன் இசைத்துறையில் பெரிய அளவு பிரபலமாகத் தொடங்கியதுமுதல், அவருக்குக் கிடைத்த தோழர்கள் எல்லோருமே குட்டிக் குட்டிப் பையன்கள். பெரியவர்களுடன் நேரம் செலவிடுவதைவிட, சின்னச் சின்னப் பொடியன்களுடன் மணிக்கணக்காகப் பேசி, விளையாடி மகிழ்வதைத்தான் அவர் மிகவும் விரும்பினார்.

மைக்கேல் ஜாக்ஸனுக்குத் தன்னைத் தானே பலவிதமாக ஓவியம் வரையச்செய்வது ரொம்பவும் பிடிக்கும். அந்த ஓவியங்களில்கூட, அவரைச் சுற்றிலும் விதவிதமான குழந்தைகள்தான் நிறையத் தென்படுவார்கள்.

குழந்தைகளின்மீது மைக்கேல் ஜாக்ஸனுக்கு என்ன அப்படி ஒரு பிரியம்?

சின்ன வயதில் மைக்கேலுக்குத் தோழர்களே இல்லை என்று ஏற்கெனவே பார்த்தோம். இப்போது அவருடைய உடலுக்கு வயதாகிவிட்டாலும், மனத்தளவில் அவர் இன்னும் ஒரு குழந்தையாகவேதான் இருந்தார். ஆகவே குழந்தைகளின் உலகத்துக்குள் அவரால் எளிதில் நுழைந்துவிடமுடிந்தது.

அடுத்தபடியாக, இன்னும் எதார்த்த உலகத்துக்குப் பழக்கப்பட்டிருக்காத மைக்கேல் ஜாக்ஸனுக்கு, 'பெரிய'வர்களின் பண ஆசை, பசப்பு வார்த்தைகள், ஏமாற்றுகள், துரோகம் எல்லாவற்றையும் பார்க்கப் பார்க்கக் கசப்பாக இருந்தது. இந்தப் பெரியவர்களைவிட, பொய் சொல்லத்தெரியாத குழந்தைகள் பெட்டர் என்று முடிவெடுத்துவிட்டார்.

இதனால், தான் கலந்துகொள்கிற விழாக்கள், நிகழ்ச்சிகளிலெல்லாம், பெரியவர்களைவிடச் சின்னக் குழந்தைகளின்பக்கம்தான் மைக்கேல் ஜாக்ஸனின் கண்கள் திரும்பியிருக்கும். அவர்களிடம் மழலை மொழியில் செல்லம் கொஞ்சுவார், அவர்களுடைய தொலைபேசி எண்ணை வாங்கிவைத்துக்கொண்டு அடிக்கடி ஃபோன் செய்து பேசுவார், அவர்களைத் தன்னுடைய நெவர்லாண்டுக்கு வரவழைத்து, விதவிதமான பொம்மைகள், ராட்டினங்களில் அவர்களோடு மணிக்கணக்காக விளையாடுவார்.

1992ம் ஆண்டு, முப்பத்து நான்கு வயது மைக்கேல் ஜாக்ஸனும், பன்னிரண்டு வயது ஜோர்டான் சாண்ட்லரும் சிநேகிதர்களானார்கள். ஒரு வருடம் கழித்து, ஜோர்டானின் தந்தை ஈவான், மைக்கேல் ஜாக்ஸன்மீது நீதிமன்றத்தில் வழக்குத்

தொடர்ந்தார், 'என் மகனை மைக்கேல் ஜாக்ஸன் பாலியல் பலாத்காரம் செய்துவிட்டார்.'

மைக்கேல் ஜாக்ஸன் நொந்துபோனார். உடனடியாகத் தொலைக்காட்சியில் தோன்றி, 'ஈவான் சாண்ட்லர் சொல்வது சுத்தப் பொய், என்னிடம் பணம் பறிப்பதற்காக இப்படி ஓர் அபாண்டமான குற்றச்சாட்டை என்மீது சுமத்துகிறார்' என்று தன்னிலை விளக்கம் அளித்தார்.

ஆனால், இந்த விஷயத்தில் அவருடைய விளக்கம் எடுபடவில்லை. மீடியா புலிகள் சட்டென்று விழித்துக்கொண்டு மைக்கேல் ஜாக்ஸனின் சிறுவயது நண்பர்களைப் பற்றியெல்லாம் வரிசையாக டாகுமென்டரி காட்டினார்கள், நிச்சயமாக அவர் தவறு செய்திருக்கவேண்டும் என்பது மாதிரியான ஒரு தோற்றம் உருவாக்கப்பட்டது.

இதனால், மக்கள் மத்தியில் மைக்கேல் ஜாக்ஸனின் இமேஜ் கெட்டுப்போனது மட்டுமில்லை, அவருடைய இசைத்தட்டுகளின் விற்பனையும் சரிய ஆரம்பித்தது. பெரிய நிறுவனங்கள் அவரைத் தங்களுடைய விளம்பரங்களில் இருந்து நீக்குவதாக முடிவெடுத்தார்கள், ஏற்கெனவே அவர் ஒப்புக்கொண்டிருந்த சில நிகழ்ச்சிகள்கூட ரத்து செய்யப்பட்டன.

மைக்கேல் ஜாக்ஸன் சுதாரித்துக்கொண்டார். இனிமேல் நான் குற்றவாளி இல்லை என்று கற்பூரம் அணைத்துச் சத்தியம் செய்தாலும் மக்கள் நம்பப்போவதில்லை, நிலைமை மிக மோசமாகப் போவதற்குள் ஏதாவது செய்தாகவேண்டும்.

1994 தொடக்கத்தில், மைக்கேல் ஜாக்ஸனுக்கும் ஈவா சாண்ட்லருக்கும் இடையே ஒரு ரகசிய ஒப்பந்தம். சில மில்லியன் டாலர்களை நஷ்ட ஈடாகப் பெற்றுக்கொண்டு, ஜாக்ஸன்மீதான வழக்கை வாபஸ் வாங்கினார் ஈவா சாண்ட்லர்.

இனிமேல், ஈவா சாண்ட்லர் வாய் திறக்கமாட்டார். ஆனால் மீடியாக்கள் தொடர்ந்து மைக்கேல் ஜாக்ஸனைப்பற்றிப் புழுதி கிளப்பிக்கொண்டுதான் இருக்கும். அந்தப் பிரச்னையைத்

தவிர்க்க வேண்டுமென்றால், இனிமேலும் தன்னுடைய திருமணத்தைத் தள்ளிப்போடக்கூடாது என்று முடிவெடுத்தார் மைக்கேல் ஜாக்ஸன்.

1994 மே 26ம் தேதி, மைக்கேல் ஜாக்ஸனின் திருமணம் நடைபெற்றது. அவருடைய மனைவி, புகழ் பெற்ற இசைக் கலைஞர் எல்விஸ் ப்ரிஸ்லியின் மகள் லிசா மேரி!

உலக மீடியாக்களில் பெரும் பரபரப்பைக் கிளப்பிய இந்தத் திருமணம், அதிக நாள் நீடிக்கவில்லை. ஒன்றரை வருடங்களில் அவர்கள் பிரிந்துவிட்டார்கள்.

அதன்பிறகு, தன்னுடைய நர்ஸ் டெப்பி ரோவைக் காதலிப்பதாகவும், அவரையே திருமணம் செய்துகொள்ளப் போவதாகவும் அறிவித்தார் மைக்கேல் ஜாக்ஸன். இவர்களுடைய திருமணம் 1996 நவம்பரில் நடைபெற்றது.

அடுத்த வருடம், மைக்கேல் ஜாக்ஸனின் முதல் மகன் பிறந்தான். அவனுக்கு 'ப்ரின்ஸ்' என்று பெயர் சூட்டினார் அவர்.

இரண்டு வருடங்கள் கழித்து, ப்ரின்ஸுக்கு ஒரு தங்கை. அவள் பெயர் பாரிஸ்.

அதோடு, மைக்கேல் ஜாக்ஸன் - டெப்பி ரோவ் திருமணமும் முடிவுக்கு வந்தது. மறுபடியும் ஒரு காஸ்ட்லி விவாகரத்து.

டெப்பி ரோவ்க்குப்பிறகு, மைக்கேல் ஜாக்ஸன் யாரையும் திருமணம் செய்துகொள்ளவில்லை. ஆனால் 2002ல் மூன்றாவதாக ஒரு குழந்தை மட்டும் பெற்றுக்கொண்டார், அதன் அம்மா யார் என்பது அறிவிக்கப்படவில்லை.

மைக்கேல் ஜாக்ஸனுக்கு ஒரு மனைவி தேவைப்படாவிட்டாலும், தன்னுடைய குழந்தைகள்மீதான உரிமையை மட்டும் அவர் விட்டுக்கொடுப்பதாக இல்லை, மூன்று குழந்தைகளையும் தானே வளர்ப்பேன் என்று பிடிவாதம் பிடித்துத் தன் பொறுப்பில் ஏற்றுக்கொண்டார்.

காதல், திருமணம், விவாகரத்து என்று சுற்றிச் சுற்றி வந்தாலும், கடைசியில் எப்படியோ மைக்கேல் ஜாக்ஸன் ஒரு குடும்ப மனிதராகி விட்டார். இனிமேல் அவரைப்பற்றி யாரும் தவறாகப் பேசமாட்டார்கள் என்று அவருடைய ரசிகர்கள் நிம்மதியடைந்த காலகட்டம் இது.

ஆனால், சர்ச்சைகளுக்கும் மைக்கேல் ஜாக்ஸனுக்கும்தான் ஏழாம் பொருத்தமாச்சே. 2003ம் வருடம் அவருடைய தனிப்பட்ட வாழ்க்கையில் அடுத்த குண்டு வெடித்தது, இந்தமுறை, தலைக்கு வந்தது தலைப்பாகையுடன் போகவில்லை, சேதம் அதிகம்!

௯. இரண்டு பக்கங்கள்

முடிந்துவிட்டது என்று நினைத்த விஷயம். திடீரென்று மறுபடியும் முளைத்து வந்து மைக்கேல் ஜாக்ஸனை வெகுவாகத் திணறடித்துவிட்டது.

1993ல் ஜோர்டான் சாண்ட்லர் விவகாரம் முடிந்து பத்து வருடங்கள் கழித்து, 2003ம் ஆண்டு மீண்டும் மைக்கேல் ஜாக்ஸன் குழந்தைகளைப் பாலியல் பலாத்காரம் செய்ததாகக் குற்றம் சுமத்தப்பட்டது. இந்தமுறை அவர்மீது மொத்தம் ஒன்பது வழக்குகள்.

வழக்கம்போல், ‘நான் எந்தத் தப்பும் செய்யவில்லை’ என்று உடனடியாக அறிக்கை வெளியிட்டார் மைக்கேல் ஜாக்ஸன். ஆனால் அதற்குள் அவரைக் கைது செய்ய வாரண்ட் பிறப்பிக்கப்பட்டுவிட்டது.

2003 நவம்பர் 20ம் தேதி, மைக்கேல் ஜாக்ஸன் காவல் துறையினரிடம் சரணடைந்தார். அவருடைய கைகளுக்கு விலங்கிட்டு அழைத்துச் செல்லும் காட்சி உலகம் முழுக்க வெளியாகிப் பெரும் பரபரப்பைக் கிளப்பியது.

மைக்கேல் ஜாக்ஸன் உடனடியாக பெயில் வாங்கிக்கொண்டு வெளியே வந்துவிட்டார். ஆனால் அதற்குள், அவர் தப்புச் செய்தாரா, இல்லையா என்கிற சூடான விவாதங்கள் தொடங்கிவிட்டன.

அடுத்த பல மாதங்கள், மைக்கேல் ஜாக்ஸன் அடிக்கடி நீதிமன்றத்திற்கு வரவேண்டியிருந்தது. காவல்துறை அதிகாரிகள், மனவியல் நிபுணர்களெல்லாம் அவரைக் குறுக்கு விசாரணை செய்தார்கள், நிஜமாகவே அவர் குழந்தைகளைத் தவறான முறையில் பாலியல் நோக்கங்களுக்காகப் பயன்படுத்தினாரா என்று தோண்டித் துருவினார்கள்.

இந்த வழக்குபற்றிய விவரங்களும் ஊகங்களும் உடனுக்குடன் பத்திரிகைகளில் தலைப்புச் செய்திகளாக, தொலைக்காட்சிகளில் ஃப்ளாஷ் நியூஸாக வெளிவந்துகொண்டிருந்தன. மைக்கேல் ஜாக்ஸனை தூரத்தில் இருந்து எட்டிப் பார்த்தவர்கள், அவரோடு கைகுலுக்கியவர்களெல்லாம் தங்களுடைய அனுபவ(?)ங்களைப் பேட்டி கொடுத்து எரிகிற நெருப்பில் எண்ணெய் ஊற்றினார்கள். தெரிந்தோ தெரியாமலோ அவரை வில்லனாகச் சித்திரிக்கும் முயற்சியை மீடியா செவ்வனே செய்துகொண்டிருந்தது.

இதனால், ஏற்கெனவே சரிந்துகொண்டிருந்த மைக்கேல் ஜாக்ஸனின் இமேஜ், இப்போது நிஜமாகவே பாதாளத்துக்குப் பாய்ந்துவிட்டது. அவருடைய இசைத்தொகுப்புகளின் விற்பனை கடுமையாகப் பாதிக்கப்பட்டது.

இரண்டு வருடங்கள் கழித்து, மைக்கேல் ஜாக்ஸன்மீது சுமத்தப்பட்ட அனைத்துக் குற்றச்சாட்டுகளில் இருந்தும் அவர் முழுமையாக விடுவிக்கப்பட்டார். ரசிகர்கள் நிம்மதிப் பெருமூச்சு விட்டார்கள்.

ஆனால், இதற்குள் மைக்கேல் ஜாக்ஸன் மனத்தளவிலும், பணத்தளவிலும் நொடிந்துபோயிருந்தார். வழக்கை நடத்துவதற்காகக் காஸ்ட்லி வழக்கறிஞர்களுக்குக் காசை அள்ளி அள்ளிக் கொடுத்ததிலும், மற்ற வழக்கமான ஆடம்பரச்

செலவுகளிலும் அவருடைய சேமிப்பு கரைந்து பூஜ்ஜியத்துக்குக் கீழே போயிருந்தது.

அப்போதும், மைக்கேல் ஜாக்ஸன் தனது செலவுகளைக் குறைத்துக்கொள்ளவில்லை. இன்னொரு சிறந்த இசைத் தொகுப்பைக் கொடுத்துப் பழையபடி உலகத்தின் கவனத்தைத் தன்பக்கம் ஈர்த்துவிடமுடியும் என்று அவர் உறுதியாக நம்பினார்.

ஆனால், மக்களும் சரி, இசை நிறுவனங்களும் சரி, மைக்கேல் ஜாக்ஸனைச் சீரியஸாக நினைக்க மறுத்தார்கள். அவரை நம்பி முதலீடு செய்வதற்கு யாருக்கும் தைரியம் இல்லை.

ஒருகட்டத்தில், மைக்கேல் ஜாக்ஸனின் செலவுக் கணக்கு மிக ஆபத்தான எல்லையைத் தொட்டுவிட்டது. வேறுவழியில்லாமல் அவர் தனது கனவு இல்லமான ‘நெவர்லாண்ட்’ உல்லாசப் பூங்காவைவிட்டு வெளியேறவேண்டியிருந்தது.

அதோடு மைக்கேல் ஜாக்ஸனின் பிரச்னைகள் தீர்ந்துவிடவில்லை. அவருடைய ஆடம்பரமான லைஃப்ஸ்டைலுக்குத் தேவையான பணம் எந்தவிதத்திலும் கிடைக்க வாய்ப்பில்லை என்பதால், தன்னுடைய சொந்த உடைகள், ஆபரணங்கள், சேமிப்பில் இருந்த கலைப் பொருள்களையெல்லாம் ஒரு கண்காட்சியாகச் செய்து ஏலம் விடவேண்டிய கட்டாயத்துக்குத் தள்ளப்பட்டார் அவர்.

ஒருகாலத்தில் மஹாராஜாவாக இருந்த மைக்கேல் ஜாக்ஸன், இப்போது ராஜ்ஜியத்தை இழந்த பென்ஷன் பேர்வழியாகிவிட்டார். இந்த ஏலத்தின்மூலம் கிடைக்கிற தொகைதான் அவருடைய கடன்களைத் தீர்க்கவும், கொஞ்சம் மூச்சு விடவும் உதவும், அதற்குப்பிறகு? அது அவருக்கே தெரியவில்லை.

மைக்கேல் ஜாக்ஸன் தனது பொருள்களை ஏலம் விடப்போகிறார் என்கிற தகவல் உலகம் முழுக்கப் பரபரப்பைக் கிளப்பியது. அவருடைய பணக்கார ரசிகர்களும், கலைப் பொருள் ஆர்வலர்களும் இந்தப் பொருள்களை ஏலம் எடுக்க ஆர்வமாக இருந்தார்கள்.

ஆனால், கடைசி விநாடியில், மைக்கேல் ஜாக்ஸன் என்ன நினைத்தாரோ, அந்தப் பொருள்களை ஏலம் விடக்கூடாது என்று அறிவித்துவிட்டார்.

ஏன் அப்படி? வேறு ஏதாவது ஒரு வகையில் மைக்கேல் ஜாக்ஸனுக்குப் பணம் கிடைத்துவிட்டதா? அடுத்து அவர் என்ன செய்யப்போகிறார்? யாருக்கும் எதுவும் புரியவில்லை.

விரைவில், அந்தப் புதிருக்கான விடை கிடைத்தது - 2009ம் ஆண்டு மார்ச் 10ம் தேதி, மைக்கேல் ஜாக்ஸன் தனது அடுத்த இசைப் பயணத்தை அறிவித்தார்.

உண்மையில், அதனை 'அடுத்த' இசைப் பயணம் என்று சொல்வது தவறு. மைக்கேல் ஜாக்ஸனே அதனைக் 'கடைசி இசைப் பயணம்' என்று அறிவிக்கத்தான் விரும்பினார். அதனால்தான், அதற்கு '*This Is It*' என்று பெயர் சூட்டியிருந்தார்.

'என் இனிய இசை ரசிகர்களே, நீங்கள் என்னிடம் எப்போதும் பார்க்க விரும்பிய, கேட்க விரும்பிய பாடல்களைக் கடைசிமுறையாக மேடையில் நிகழ்த்திக் காட்டப்போகிறேன். ஜூலை மாதம் சந்திப்போம்.'

பல வருடங்களாக அஞ்ஞாதவாசம் இருந்த மைக்கேல் ஜாக்ஸன் இப்போது திடீரென்று இப்படி அறிவித்ததும் ரசிகர்கள் மெய்சிலிர்த்துப்போனார்கள். ஒன்றா, இரண்டா, ஐம்பது நிகழ்ச்சிகள், அறிவித்த சூட்டில் டிக்கெட்கள் விற்றுத் தீர்ந்தன.

நிஜமாகவே, மைக்கேல் ஜாக்ஸனின் மாஸ்டர் ஸ்ட்ரோக் அது. என்னதான் திருமணங்கள், விவாகரத்துகள், கைது, விடுதலை, கடன் சுமை என்று சர்ச்சைகள் தொடர்ந்தாலும், தன்னுடைய இசையின்மீது மக்கள் வைத்திருக்கும் நேசம் கொஞ்சம்கூடக் குறையவில்லை என்பது அவருக்குத் தெரியும். மற்ற எல்லாவற்றையும் இழந்துவிட்ட சூழ்நிலையில், தன்னுடைய கடைசிச் சொத்தான இந்த *Stage Presence*-ஐ முதலீடாக வைத்து ஓர் இறுதி ஆட்டம் ஆடிப் பார்க்கத் தீர்மானித்துவிட்டார்.

மைக்கேல் ஜாக்ஸனின் பாட்டும், நடனமும் உலகம் முழுக்க ஒரு தலைமுறையையே பாதித்த விஷயங்கள். அப்பேர்ப்பட்ட கலைஞர் மீண்டும் ஆட வருகிறார் என்றால், வரவேற்பு இல்லாமல் போகுமா? அவர் எதிர்பார்த்தபடி டிக்கெட்கள் சூடான விற்பனை, இந்த நிகழ்ச்சிகள், அதுதொடர்பான விளம்பரங்கள், மற்ற வகைகளில் அவருக்குக் கணிசமான வருவாய் கிடைப்பது உறுதியாகிவிட்டது.

அதுமட்டுமில்லை, இந்தச் சுற்றுப்பயணம் வெற்றியடைந்து விட்டால், அதை வைத்து மைக்கேல் ஜாக்ஸனுக்குப் புதிய இசைத்தொகுதிகளை உருவாக்கும் வாய்ப்புகள், உத்வேகம் கிடைத்தது. யார் கண்டது? இன்னொரு 'த்ரில்லர்'போல் வெற்றி கிடைத்தால், அவருடைய கடன் சுமையெல்லாம் தீர்ந்து மீண்டும் மஹாராஜாவாகிவிடலாமே!

ஆனால், ஐம்பது வயதைத் தாண்டிவிட்ட மைக்கேல் ஜாக்ஸனால், முன்புபோல் மேடையேறி ஆடமுடியுமா? அந்தப் பழைய மின்னல் வேகம், சுறுசுறுப்பு, லாகவமெல்லாம் இல்லாவிட்டால் ரசிகர்கள் அவரை ஏற்றுக்கொள்ளமாட்டார்களே!

மைக்கேல் ஜாக்ஸனுக்கும் இதே கவலைதான். அடிப்படையில் ஒரு பர்ஃபெக்ஷனிஸ்ட் ஆன அவர், இந்த நிகழ்ச்சிக்காகத் தொடர்ச்சியான ஒத்திகைகளில் ஈடுபடவேண்டியிருந்தது. அப்போதெல்லாம், மனம் விரும்பினாலும், உடல் ஒத்துழைக்கவில்லை.

ஆகவே, வலி நிவாரணி மருந்துகளிடம் தஞ்சமடைந்தார் மைக்கேல் ஜாக்ஸன். ஏதேதோ மாத்திரைகள், டானிக்குகள், ஊசிகளின் துணையுடன் அவரது பயிற்சி ஒத்திகைகள் தொடர்ந்துகொண்டிருந்தன.

அதில் என்ன தவறு நேர்ந்ததோ, '*This Is It*' இசைப் பயணம் தொடங்குவதற்கு ஒரு மாதம் முன்னதாக, 2009 ஜூன் 25ம் தேதி மைக்கேல் ஜாக்ஸனுக்கு நெஞ்சு வலி ஏற்பட்டது. மயங்கி விழுந்த அவரை உடனடியாக மருத்துவமனையில் சேர்த்தார்கள்.

ஆனால், எந்தச் சிகிச்சையாலும் அவரைக் காப்பாற்றமுடியவில்லை. ஏழைமையான ஒரு குடும்பத்தில் பிறந்து, திறமை ஒன்றை மட்டும் மூலதனமாக வைத்து முன்னேறி, உலகிலேயே மிக அதிகம் சம்பாதித்த அந்த இசைக் கலைஞர், தன்னுடைய அந்தக் கடைசி வாய்ப்பைப் பயன்படுத்திக்கொள்ளமுடியாமலேயே இறந்துபோனார்.

ஏழு வயதில் மேடையேறிய மைக்கேல் ஜாக்ஸன், கிட்டத்தட்ட இருபத்தைந்து வருடங்கள் புகழின் உச்சியில் இருந்தார். இன்றுவரை வேறு எந்தப் பாடகர், இசையமைப்பாளராலும் அப்படிப்பட்ட ஓர் ஆதிக்கத்தை பற்றிக் கற்பனைகூடச் செய்து பார்க்கமுடியாது.

ஆனால், அதே மைக்கேல் ஜாக்ஸன், அந்தச் சிகரத்திலிருந்து கீழே விழுந்தபோது, அடி பலமாக இருந்தது. அவரது வாழ்வின் கடைசிப் பத்து வருடங்களுக்கும்மேலாக மைக்கேல் ஜாக்ஸனை யாரும் கண்டுகொள்ளவில்லை என்பதுதான் உண்மை.

இன்றைக்கும், இனிமேலும் ஜாக்ஸனின் இசைத்தொகுப்புகள் விற்பனைச் சாதனைகளை முறியடித்துக்கொண்டுதான் இருக்கும். அவரை மிஞ்சும் ஒரு பாப் மஹாராஜா இனிமேல் தோன்றுவாரா என்பது சந்தேகம்தான்.

ஆனால் தனிப்பட்ட முறையில் அவர் சந்தித்த மனப் பிரச்னைகளுக்கும் தனிமை உணர்வுக்கும் கடைசிவரை தீர்வு கிடைக்கவே இல்லை. ஒருபக்கம் மஹாராஜாவாகவும், இன்னொருபக்கம் தோல்வியடைந்த ஒரு குழந்தை மனதுக்காரராகவும் வாழ்ந்து மறைந்துவிட்டார் மைக்கேல் ஜாக்ஸன்.

அந்த இரண்டு பக்கங்களிலும், நமக்குப் பாடங்கள் உண்டு!

முக்கிய ஆதாரங்கள்

- Moon Walk & Michael Jackson & Doubleday & 1988
- Michael Jackson: Tribute To A Legend & Editor: Michael Butcher & National Magazine Company & 2009
- Michael Jackson: A Remarkable Life & Chrome Dreams Video & 2003
- Michael Jackson's Secret Childhood & Dave Green & Vh1 & 2005
- Michael Jackson For Sale & Danni Davis & Channel Five Britain & 2009
- The Michael Jackson Story & Steve Cole & SVT1 & 2009
- http://www.watchtower.org/

தெளிவான எழுத்தும் ஆழமான ஆய்வும் நிறைந்த நூல்களுக்காகத் தமிழ் வாசகர்களிடையில் நன்கு அறியப்பட்டுள்ள என். சொக்கன் புனைவு, வாழ்க்கை வரலாறு, நிறுவன வரலாறு, தன்னம்பிக்கை, சிறுவர் இலக்கியம் உள்ளிட்ட துறைகளில் இதுவரை எழுபதுக்கும் மேற்பட்ட நூல்கள், நூற்றுக்கணக்கான கதைகள், கட்டுரைகளை எழுதியுள்ளார். விரிவான ஆய்வுகள், சான்றுகளின் அடிப்படையிலான ஆழமான வரலாற்று நூல்களைத் தமிழில் எழுத இயலும், அவற்றைப் பெரும்பான்மை வாசகர்களுக்குக் கொண்டுசேர்க்கவும் இயலும் என்பதைப் பலமுறை நிரூபித்த எழுத்து வகை இவருடையது.

தமிழ், ஆங்கிலம் ஆகிய இரு மொழிகளிலும் எழுதும் சொக்கனுடைய நூல்கள் ஹிந்தி, கன்னடம், மலையாளம் உள்ளிட்ட பல மொழிகளில் மொழிபெயர்ப்பாகியுள்ளன.

www.ingramcontent.com/pod-product-compliance
Ingram Content Group UK Ltd.
Pitfield, Milton Keynes, MK11 3LW, UK
UKHW042012190726
13854UKWH00005B/2257

9 789393 882080